സി പി മാത്തൻ

കഥയും കാലവും

c p mathan: kadhayum kalavum

•

p g thomas

•

first edition
july 2018

•

published
chintha publishers, thiruvananthapuram

•

typesetting
star communications, thiruvananthapuram

•

cover
midas

വിതരണം

ദേശാഭിമാനി ബുക്ക് ഹൗസ്

H O തിരുവനന്തപുരം-695 035
phone: 0471-2303026, 6063026
www.chinthapublishers.com
chinthapublishers@gmail.com

ബ്രാഞ്ചുകൾ

ഹെഡ്ഡാഫീസ് ബ്രാഞ്ച് കുന്നുകുഴി • സ്റ്റാച്യു തിരുവനന്തപുരം • കെ എസ് ആർ ടി സി ബസ് സ്റ്റേഷൻ ആലപ്പുഴ • കെ എസ് ആർ ടി സി ബസ് സ്റ്റേഷൻ എറണാകുളം • മച്ചിങ്ങൽ ലെയ്ൻ തൃശൂർ • ഐ ജി റോഡ് കോഴിക്കോട് • മാവൂർ റോഡ് കോഴിക്കോട് • എൻ ജി ഒ യൂണിയൻ ബിൽഡിങ് കണ്ണൂർ • സെൻട്രൽ ബസ് ടെർമിനൽ കോംപ്ലക്സ് താവക്കര കണ്ണൂർ

CO - 2685 / 4706
ISBN - 978-93-87842-65-6

സി പി മാത്തൻ
കഥയും കാലവും

പി ജി തോമസ്

ചിന്ത പബ്ലിഷേഴ്സ്
തിരുവനന്തപുരം-695 035

പി ജി തോമസ്

കോട്ടയം സി എം എസ് കോളേജിൽനിന്നും ഇംഗ്ലീഷ് സാഹിത്യത്തിൽ ബിരുദം സമ്പാദിച്ചു. കെൽട്രോണിൽ ഉദ്യോഗസ്ഥനായിരുന്നു. ഇപ്പോൾ ചരിത്രത്തിൽ ഗവേഷണം ചെയ്യുന്നു. *ബാരിസ്റ്റർ ജി പി പിള്ള* എന്ന കൃതി രചിച്ചിട്ടുണ്ട്.

ഭാര്യ : എലിസബത്ത്
മക്കൾ : ആശിഷ്, സുപ്രിയ
വിലാസം : പുളിക്കാട്ടുമഠത്തിൽ
T C/IX/1902(i)
കരിയം-ഇടവക്കോട് റോഡ്
ശ്രീകാര്യം പി ഒ
തിരുവനന്തപുരം 17
മൊബൈൽ : 9847194792

ഉള്ളടക്കം

പ്രസാധകക്കുറിപ്പ്

സർ സി പിയുടെ തിരുവിതാംകൂറിലെ തേർവാഴ്ച വെളിപ്പെടുത്തുന്നത് നിഷ്ഠുരമായ അടിച്ചമർത്തലും വെടിവയ്പും ലാത്തിച്ചാർജ്ജും നരഹത്യയും മാത്രമല്ല, ചില സ്ഥാപനങ്ങളുടെ പതനവും നാശവും കൂടെ ആയിരുന്നു. നാശം സംഭവിച്ച രണ്ടു പ്രമുഖ സ്ഥാപനങ്ങളായിരുന്നു, മാമ്മൻ മാപ്പിള മുഖ്യപത്രാധിപരായിരുന്ന *മലയാള മനോരമ*യും, സി പി മാത്തൻ മാനേജിങ് ഡയറക്ടറായിരുന്ന ട്രാവൻകൂർ നാഷണൽ ആന്റ് കയിലോൺ ബാങ്കും. സ്വാതന്ത്ര്യാനന്തരം *മനോരമ* പ്രസിദ്ധീകരണം പുനരാരംഭിച്ചു. ട്രാവൻകൂർ നാഷണൽ ആന്റ് കയിലോൺ ബാങ്ക് ഉയിർത്തെഴുന്നേറ്റിട്ടില്ല.
ഇത് മാനേജിങ് ഡയറക്ടർ സി പി മാത്തന്റെ ജീവിതകഥയാണ്. ഒപ്പം ഒരു കാലഘട്ടത്തിന്റെ തിരുവിതാംകൂർ ചരിത്രവും ലളിതമായ ഭാഷയിൽ പി ജി തോമസ് അനാവൃതമാക്കുന്നു.
വായിച്ചിരിക്കേണ്ടതും, പഠിച്ച് വയ്ക്കേണ്ടതുമാണ് ഇതിന്റെ ഉള്ളടക്കം. തിരുവിതാംകൂർ ചരിത്രത്തിന്റെ ഒളിമങ്ങിയ ഒരു ഏട് ഞങ്ങൾ തുറന്നുവയ്ക്കുന്നു.

ചിന്ത പബ്ലിഷേഴ്സ്

മുഖവുര

ഈ പുസ്തകം ഒരു വ്യക്തിയുടെ ജീവിതകഥ മാത്രമല്ല ഒരു കാലഘട്ടത്തിന്റെ കൂടെ കഥയാണ്. കഥയിലെ നായകനായ സി പി മാത്തന്റെ ജീവിതം, അദ്ദേഹത്തിന്റെ കാലഘട്ടത്തിലെ തിരുവിതാംകൂർ ചരിത്രവുമായി അഭേദ്യമായി ബന്ധപ്പെട്ടു കിടക്കുന്നു. അതുകൊണ്ട് സി പി മാത്തന്റെ ജീവചരിത്രത്തോടൊപ്പം 20-ാം നൂറ്റാണ്ടിലെ തിരുവിതാംകൂർ കണ്ട നിവർത്തന സമരം, ഉത്തരവാദ പ്രക്ഷോഭം മുതലായ ചരിത്ര സംഭവങ്ങളും ചുരുൾ നിവർത്തുന്നു.

1931 മുതൽ 1948 വരെയുള്ള പ്രക്ഷുബ്ധമായ കാലഘട്ടത്തിൽ തിരുവിതാംകൂറിന്റെ ചുക്കാൻ പിടിച്ചിരുന്നത് സർ സി പി രാമസ്വാമി അയ്യരായിരുന്നു. അതുകൊണ്ട് സർ സി പിക്കും ഈ കഥയിൽ ഒരു പ്രധാന പങ്കുണ്ട്. നിവർത്തന സമരം വിജയമായിരുന്നെങ്കിൽ ഉത്തരവാദ പ്രക്ഷോഭം ഒരു പരാജയമായിരുന്നു. ഉത്തരവാദ പ്രക്ഷോഭത്തെ സർ, സി പി നിർദ്ദയം അടിച്ചമർത്തി, വെടിവെയ്പുകളും ലാത്തിച്ചാർജ്ജുകളും നടന്നു. വളരെയധികം ആളുകൾ രക്തസാക്ഷികളായി. ഏറ്റവും കൂടുതൽ നഷ്ടം സഹിക്കേണ്ടി വന്ന രണ്ട് സ്ഥാപനങ്ങളാണ് സി പി മാത്തൻ മാനേജിങ് ഡയറക്ടറായിരുന്ന ട്രാവൻകൂർ നാഷണൽ ആന്റ് ക്വയിലോൺ ബാങ്കും കെ സി മാമ്മൻ മാപ്പിള മുഖ്യപത്രാധിപരായിരുന്ന *മലയാള മനോരമപ്പത്ര*വും.

ഇന്ത്യ സ്വാതന്ത്ര്യം പ്രാപിച്ച ശേഷം *മലയാള മനോരമ* വീണ്ടും പുറത്തിറങ്ങിയെങ്കിലും ട്രാവൻകൂർ നാഷണൽ ആന്റ് ക്വയിലോൺ ബാങ്ക് നാശത്തെ അതിജീവിച്ചില്ല.

ആമുഖം

കൃഷിയും കച്ചവടവുമായി കഴിഞ്ഞിരുന്ന തിരുവിതാംകൂറുകാരെ ആദ്യമായി ബാങ്കിങ് വ്യവസായരംഗവുമായി പരിചയപ്പെടുത്തിയ രണ്ടു പേരാണ് കെ സി മാമ്മൻ മാപ്പിളയും സി പി മാത്തനും. കെ സി മാമ്മൻ മലയാളികൾക്ക് *മലയാള മനോരമ*യിൽ കൂടി സുപരിചിതനാണ്. പ്രതിഭ യിൽ കെ സി മാമ്മൻ മാപ്പിളയോട് കിടപിടിക്കുന്ന ഒരാളാണെങ്കിലും മലയാളികളുടെ ഓർമ്മയിൽനിന്നും സി പി മാത്തൻ മാഞ്ഞുപോയോ യെന്ന് സംശയിക്കേണ്ടിയിരിക്കുന്നു. വിസ്മൃതിയിൽനിന്നും അദ്ദേഹത്തെ മലയാളിയുടെ ഓർമ്മയിലേക്ക് കൊണ്ടുവരേണ്ടത് കാലഘട്ടത്തിന്റെ ആവശ്യമാണ്. ദക്ഷിണ ഇന്ത്യയിലെ തന്നെ ബാങ്കിങ് ബിസിനസിന്റെ ശില്പികളിൽ പ്രമുഖനാണ് ചാലക്കുഴിയിൽ പൗലൂസ് മാത്തൻ എന്ന സി പി മാത്തൻ. കെ സി മാമ്മൻ മാപ്പിളയുമായിച്ചേർന്ന് സി പി മാത്തൻ പടുത്തുയർത്തിയ ട്രാവൻകൂർ നാഷണൽ ആന്റ് ക്വയിലോൺ ബാങ്ക് ഇന്ത്യ മുഴുവൻ പടർന്ന് പന്തലിച്ചിരുന്നു. ആ ബാങ്കിന്റെ ഉല്പത്തി, വളർച്ച, നാശം - അതിന്റെ കഥയാണ് ഈ ചെറുപുസ്തകം. ഇത് കേവലം ഒരു ബാങ്കിന്റെ കഥ മാത്രമല്ല ഇരുപതാം നൂറ്റാണ്ടിൽ തിരുവിതാംകൂർ കണ്ട പല രാഷ്ട്രീയമാറ്റങ്ങളും ഈ ബാങ്കുമായി ബന്ധപ്പെട്ടാണിരിക്കുന്നത്. ഈ ബാങ്കിന്റെ ഉടമസ്ഥന്മാർ തിരുവിതാംകൂർ ദിവാൻ സർ സി പി രാമസ്വാമി അയ്യരുടെ ശത്രുതയ്ക്ക് ഇരയായിത്തീർന്നു. അവരോടുള്ള പകവീട്ടലിന്റെ ഭാഗമായി ബാങ്ക് തന്നെ നശിപ്പിച്ചു കളയുകയും ചെയ്തു.

ബിസിനസ് രംഗത്തെ മുടിചൂടാമന്നന്മാരായിരുന്ന ബാങ്ക് നടത്തിപ്പു കാർ ഒരു സുപ്രഭാതത്തിൽ കൽത്തുറങ്കിൽ അടയ്ക്കപ്പെട്ടു. അവരിൽ വന്ദ്യ വയോധികനായ ഒരാൾ (മാമ്മൻ മാപ്പിളയുടെ സഹോദരൻ കെ സി ഈപ്പൻ) ജയിലിൽ വച്ചു തന്നെ മരണമടഞ്ഞു. എന്നിട്ടും ആ ഭരണാ

ധികാരിയുടെ അതെ, സർ, സി പി രാമസ്വാമി അയ്യർ എന്ന തിരുവിതാംകൂർ ദിവാന്റെ ഹൃദയം അലിഞ്ഞില്ല. കാലചക്രം പിന്നെയും കറങ്ങിക്കൊണ്ടിരുന്നു. തിരുവിതാംകൂർ ദിവാന്റെ നേരെ വധശ്രമം നടന്നു. അദ്ദേഹം കഷ്ടിച്ച് അതിൽനിന്ന് രക്ഷപ്പെട്ടു. അദ്ദേഹം സ്വദേശത്തേക്ക് മടങ്ങി. കെ സി മാമ്മൻ മാപ്പിളയും സി പി മാത്തനും ജയിൽ വിമോചിതരായി. മാമ്മൻ മാപ്പിള പത്രസാമ്രാജ്യത്തിന്റെ അധിപനായി. സി പി മാത്തൻ രാഷ്ട്രീയത്തിലേക്ക് കാലൂന്നി. 1952 ൽ തിരുവല്ല മണ്ഡലത്തിൽനിന്നും പാർലമെന്റിലേക്ക് തിരഞ്ഞെടുക്കപ്പെട്ടു. പിന്നീട് സുഡാൻ അംബാസിഡറായി നിയമിക്കപ്പെട്ടു. അങ്ങനെ സി പി മാത്തനും കെ സി മാമ്മൻ മാപ്പിളയും സ്വന്തം ചാരത്തിൽനിന്നും ഫീനിക്സ് പക്ഷിയെപ്പോലെ പറന്നുയർന്നു. ആ കഥയാണ് അടുത്ത താളുകളിൽ ചുരുളഴിയുന്നത്. അതിന് മുമ്പ് കേരളത്തിലെ ബാങ്കിങ് ബിസിനസിന്റെ ചരിത്രത്തിലേക്ക് ഒരെത്തിനോട്ടം നടത്താം.

19-ാം നൂറ്റാണ്ടിലെ കേരളവും ബാങ്കിങ് പ്രസ്ഥാനത്തിന്റെ ഉത്ഭവവും

ഫ്യൂഡലിസത്തിന്റെ അസ്തമയം കണ്ടുകൊണ്ടാണ് 19-ാം നൂറ്റാണ്ടിന്റെ അന്ത്യപാദം ആരംഭിക്കുന്നത്. ഈ സാമ്പത്തിക പ്രതിഭാസം തിരുവിതാംകൂറിലും കൊച്ചിയിലും മലബാറിലും എല്ലാം അതിന്റെ ആഘാതങ്ങൾ ഉണ്ടാക്കി. സമ്പത്തിന്റെയും ഐശ്വര്യത്തിന്റെയും കൊടുമുടിയിൽ കഴിഞ്ഞിരുന്നവർ ക്രമേണ താഴേക്ക് പതിച്ചു. മലയാളക്കരയിൽ ഭൂസ്വത്തിന്റെ അവകാശികൾ പ്രധാനമായും നമ്പൂതിരിമാരും നായന്മാരും ആയിരുന്നു. ഫ്യൂഡലിസത്തിന്റെ പ്രതാപകാലത്ത് നമ്പൂതിരിമാരുടെ ഇല്ലങ്ങളിലും നായർത്തറവാടുകളിലും ഐശ്വര്യവും സമൃദ്ധിയും നിറഞ്ഞു നിന്നിരുന്നു. ആര്യൻ കുടിയേറ്റം തൊട്ട് 19-ാം നൂറ്റാണ്ടിന്റെ പകുതിവരെ ഈ നില തുടർന്നിരുന്നു. പരമ്പരാഗത കൃഷി സമ്പ്രദായത്തിന്റെ ഫലമായി ഉണ്ടായ ഉല്പാദനമുരടിപ്പ്, കൂട്ടുകുടുംബ വ്യവസ്ഥിതി സൃഷ്ടിച്ച അലസതയും ഉത്തരവാദിത്വമില്ലായ്മയും കുടുംബക്കാരണവന്മാരുടെ ഏകാധിപത്യപ്രവണതയും പലതരത്തിലുള്ള ഗവൺമെന്റ് റഗുലേഷൻസ് ഭൂമിയുടെ ഉടമസ്ഥാവകാശത്തിൽ കൊണ്ടുവന്ന മാറ്റങ്ങൾ ഇവയെല്ലാം മൂലം ഫ്യൂഡലിസ്റ്റ് വ്യവസ്ഥിതി അതിന്റെ അനിവാര്യമായ പതനത്തിൽ എത്തി.

ഭൂമിയുടെ സിംഹഭാഗവും കൈവശം വച്ചിരുന്ന നമ്പൂതിരിമാരും നായന്മാരും ഭൂമിയിൽ അദ്ധ്വാനിച്ചിരുന്നില്ല. പാട്ടക്കുടിയാന്മാരാണ് കൃഷി ചെയ്തിരുന്നത്. അതിവൃഷ്ടികൊണ്ടോ അനാവൃഷ്ടികൊണ്ടോ കൃഷിയിടങ്ങളിൽനിന്നുള്ള വരുമാനം കുറഞ്ഞാലും ഭൂമിയുടെ ഉടമസ്ഥന്മാരെ അത് ബാധിച്ചിരുന്നില്ല. കുടിയാന്മാർ ഏറ്റിരുന്ന പാട്ടം കണിശമായിത്തന്നെ അളന്ന് ഉടമസ്ഥനെ ഏല്പിക്കണം. ഈ വ്യവസ്ഥിതി ഭൂമിയുടെ ഉടമസ്ഥനെ യാതൊരു അദ്ധ്വാനവും കൂടാതെ സുഖലോലുപനായി കഴിയാൻ സഹായിക്കുന്നതായിരുന്നു. ദുർവ്വഹമായ പാട്ടംകൊണ്ടും പ്രകൃതി കോപം കൊണ്ടും പാട്ടക്കുടിയാന്മാർ പട്ടിണിക്കാരായി കഴിഞ്ഞുകൂടി.

തകർച്ചയെ അതിജീവിച്ച തറവാടുകൾ

ഫ്യൂഡലിസത്തിന്റെ തകർച്ചയോടെ ഒട്ടുമിക്ക നമ്പൂതിരി ഇല്ലങ്ങളും നായർ തറവാടുകളും ക്ഷയിച്ചു തുടങ്ങി. എന്നാൽ ഈ തകർച്ച നേരിടാൻ കഴിഞ്ഞ കുറെ ഇല്ലങ്ങളും തറവാടുകളും ഉണ്ട്. സർദാർ കെ എം പണിക്കരുടെ തറവാടായ ചാലയിൽ കുടുംബം അക്കൂട്ടത്തിൽ ഒന്നാണ്. മലബാറിൽ പൂമുള്ളിമനയ്ക്കും ഫ്യൂഡലിസത്തിന്റെ തകർച്ചയെ അതിജീവിക്കാൻ കഴിഞ്ഞു. പാലക്കാടിന്റെ പാതിപ്പൂമുള്ളിക്ക് എന്ന് ഒരു ചൊല്ല് തന്നെയുണ്ട്. കൂടല്ലൂർ മന, ഇ എം എസ് നമ്പൂതിരിപ്പാടിന്റെ തറവാടായ ഏലങ്കുളം മന, കവളപ്പാറ മൂപ്പിൽ നായരുടെ തറവാട് ഇവയൊക്കെ ഫ്യൂഡലിസ്റ്റ് തകർച്ചയെ അതിജീവിച്ച തറവാടുകൾ ആണ്. ഫ്യൂഡലിസം തകർന്നപ്പോൾ പുതിയൊരു സാമ്പത്തികവർഗ്ഗം തിരുവിതാംകൂറിൽ ഉയർത്തെഴുന്നേറ്റു. അവരാണ് സുറിയാനി ക്രിസ്ത്യാനികൾ. നമ്പൂതിരിമാരും നായന്മാരും നിലനില്പിനുവേണ്ടി അവരുടെ കൈവശഭൂമി വിറ്റു തുടങ്ങിയപ്പോൾ അതെല്ലാം കൈവശമാക്കിയത് ഈ പുത്തൻ സാമ്പത്തിക വർഗ്ഗമായ സുറിയാനി ക്രിസ്ത്യാനികളാണ്. ഇപ്പോഴും സുറിയാനിക്കാരുടെ കൈവശമുള്ള വസ്തുക്കളുടെ പേര് നമ്പൂതിരിമാരുടെയും ക്ഷത്രിയന്മാരുടെയും നായന്മാരുടെയും സ്ഥലപ്പേരുകളാണ്.

പശ്ചിമഘട്ടത്തിലെ തോട്ടകൃഷി

19-ാം നൂറ്റാണ്ടിലെ ശ്രദ്ധേയമായ മറ്റൊരു സംഗതി പശ്ചിമഘട്ടത്തിൽ യൂറോപ്യന്മാർ ആരംഭിച്ച തോട്ടകൃഷിയാണ്. തേയിലത്തോട്ടം, കാപ്പിത്തോട്ടം, റബ്ബർതോട്ടം എന്നിവയെല്ലാം യൂറോപ്യന്മാരായ വനഭൂമിയിൽ വന്യമൃഗങ്ങളോടും പ്രകൃതിശക്തികളോടും പകർച്ചവ്യാധികളോടും ഏറ്റുമുട്ടി തോട്ടങ്ങൾ ഉണ്ടാക്കുക എന്നത് ഒരു ജീവന്മരണ പോരാട്ടമായിരുന്നു. ആ ഘോരവനങ്ങൾ ഒന്നാന്തരം തേയിലത്തോട്ടങ്ങളും റബ്ബർതോട്ടങ്ങളും ആക്കിയെടുക്കുന്നതിൽ യൂറോപ്യന്മാർ കാണിച്ച സാഹസികബുദ്ധി എത്ര പ്രശംസിച്ചാലും അധികമാവുകയില്ല.

യൂറോപ്യന്മാരുടെ ഈ നൂതന സംരംഭംകൊണ്ട് സുറിയാനിക്കാർക്കും ഗണ്യമായ നേട്ടം ഉണ്ടായി. രാജഭരണം നിലവിലിരുന്ന തിരുവിതാംകൂറിൽ സർക്കാർ ജോലി മുഴുവൻ തന്നെ പരദേശബ്രാഹ്മണരും നായന്മാരും കൈയടക്കിയിരുന്നു. സർക്കാർ ജോലി ഒരു സുറിയാനി ക്രിസ്ത്യാനിക്ക് ബാലികേറാമല തന്നെയായിരുന്നു. ഇങ്ങനെയിരിക്കുമ്പോഴാണ് യൂറോപ്യന്മാർ പശ്ചിമഘട്ടത്തിൽ തോട്ടകൃഷി ആരംഭിക്കുന്നത്. ഈ തോട്ടങ്ങളിൽ ഗുമസ്തന്മാരായും, സൂപ്പർവൈസർമാരായും മാനേജർമാരായും വളരെയധികം ആളുകളുടെ സേവനം ആവശ്യമായി വന്നു.

ഇംഗ്ലണ്ടിൽനിന്നുള്ള ക്രിസ്ത്യൻ മിഷ്യനറിമാർ കോട്ടയം കേന്ദ്രമാക്കി ആ കാലത്താണ് ശക്തിയായി പ്രവർത്തിച്ചു തുടങ്ങിയത്. അവരിൽ റവ. തോമസ് നോർട്ടൺ, ബഞ്ചമിൻ ബെയ്‌ലി, ഫെൻ, ഹെൻറി ബേക്കർ

സീനിയർ, ഹെൻറി ബേക്കർ ജൂനിയർ തുടങ്ങിയവരുടെ പേരുകൾ എടുത്തു പറയേണ്ടതാണ്. കേരളത്തിലെ സുറിയാനിക്കാരെ പ്രോട്ടസ്റ്റന്റ് വിശ്വാസത്തിലേക്ക് ആകർഷിക്കുക എന്ന ഉദ്ദേശ്യവും ഈ മിഷ്യനറി മാർക്ക് ഉണ്ടായിരുന്നു. തിരുവിതാംകൂർ രാജ്ഞി ഗൗരിലക്ഷ്മി ബായി കോട്ടയം മീനച്ചിലാറിന്റെ തീരത്ത് കരമൊഴിവായി കൊടുത്ത 16 ഏക്കർ സ്ഥലത്ത് 1814 ൽ പുലിക്കോട്ടിൽ ഇട്ടൂപ്പ് റമ്പാനും (പിന്നീട് പുലിക്കോട്ടിൽ ജോസഫ് മാർ ദിവന്നാസ്യോസിസ് രണ്ടാമൻ) ഇംഗ്ലീഷ് മിഷ്യനറി മാരും ചേർന്ന് 'പഠിത്തവീട്' എന്ന പേരിൽ ഒരു വിദ്യാലയം ആരംഭിച്ചു. ഇവിടെ വൈദിക വിദ്യാർത്ഥികളെയും അവൈദിക വിദ്യാർത്ഥികളെയും ഇംഗ്ലീഷ് അഭ്യസിപ്പിച്ചു പോന്നു. ഈ വിദ്യാലയമാണ് പിന്നീട് കോട്ടയം സി എം എസ് കോളേജ് ആയി മാറിയത്. യൂറോപ്യന്മാർ നേതൃത്വം കൊടുത്ത ഈ കോളേജിൽനിന്നും അനേകം ഉല്പതിഷ്ണുക്കളായ നസ്രാണി യുവാക്കൾ ഉന്നത വിദ്യാഭ്യാസം നേടി ജീവിതത്തിന്റെ നാനാ തുറകളിൽ ശോഭിച്ചു.

ഇങ്ങനെ സി എം എസ് കോളേജിൽനിന്നും ഇംഗ്ലീഷ് വിദ്യാഭ്യാസം നേടാനായ നസ്രാണി യുവാക്കൾക്ക് ഇംഗ്ലീഷുകാരുടെ തോട്ടങ്ങളിൽ ജോലിയിൽ കയറിപ്പറ്റാൻ സുവർണ്ണാവസരം ലഭിച്ചു. അങ്ങനെ വളരെയധികം നസ്രാണി യുവാക്കൾ സായിപ്പന്മാരുടെ തോട്ടങ്ങളിൽ ഗുമസ്ത ന്മാരായി കയറിപ്പറ്റി. തിരുവിതാംകൂർ സർവ്വീസിൽ ജോലി കിട്ടാനുള്ള ബുദ്ധിമുട്ട് സുറിയാനിക്കാർക്ക് ഉർവ്വശീ ശാപം ഉപകാരം എന്ന പോലെയായി. ഇവരിൽ നല്ല പങ്കും റൈട്ടർ എന്ന പേരിലാണ് അറിയപ്പെട്ടിരുന്നത്. യൂറോപ്യന്മാരുടെ എസ്റ്റേറ്റിൽനിന്നും കിട്ടിയ ശമ്പളം മിച്ചം വച്ച് പലരും ഭൂവുടമകളായി. മറ്റു ചിലർ സ്വന്തമായി എസ്റ്റേറ്റ് മുതലാളിമാർ തന്നെയായി. ഫ്യൂഡലിസത്തിൽനിന്ന് മുതലാളിത്തത്തിലേക്ക് കേരളം മാറിയതിന്റെ പശ്ചാത്തലമാണ് ഇതുവരെ വിവരിച്ചത്. ഫ്യൂഡലിസത്തിൽ നമ്പൂതിരിയും ക്ഷത്രിയനും നായന്മാരും ആയിരുന്നു സമുദായത്തിന്റെ തലപ്പത്ത്. ഫ്യൂഡലിസം തകർന്നപ്പോൾ ആ സ്ഥാനം മെല്ലെ സുറിയാനി ക്രിസ്ത്യാനികളുടെ കൈയിലായി.

തിരുവിതാംകൂറിലെ മുതലാളിത്തത്തിന്റെ വളർച്ചയുടെ ഭാഗമായി വേണം ബാങ്കിങ് പ്രസ്ഥാനത്തെ കാണാൻ. ബാങ്കിന്റെ നിക്ഷേപകരിൽ നല്ല പങ്കും യൂറോപ്യന്മാരായ തോട്ടം ഉടമസ്ഥന്മാരും ഇതര ബ്രിട്ടീഷ് സർക്കാർ സർവ്വീസിലെ ഉദ്യോഗസ്ഥന്മാരും ആയിരുന്നു, നാട്ടുകാർ ബാങ്കിനെ സമീപിച്ചിരുന്നത് പെൺമക്കളുടെ വിവാഹാവശ്യത്തിന് പണത്തിന് ബുദ്ധിമുട്ട് ഉണ്ടാകുമ്പോഴായിരുന്നു.

ബാങ്കിന്റെ പൂർവ്വ മാതൃകകൾ

കേരളക്കരയിൽ ബാങ്കുകളുടെ പൂർവ്വ മാതൃക ചിട്ടി പ്രസ്ഥാനങ്ങളാണ്. തിരുവിതാംകൂറിൽ ചിട്ടി എന്ന് അറിയപ്പെട്ടിരുന്ന ഈ പ്രസ്ഥാനം കൊച്ചിയിൽ കുറി എന്ന പേരിലാണ് അറിയപ്പെട്ടിരുന്നത്. പോർച്ചുഗീസ്

പുരോഹിതന്മാരാണ് കുറി പ്രസ്ഥാനം കേരളത്തിൽ ആദ്യമായി കൊണ്ടുവന്നത് എന്നാണ് പറയപ്പെടുന്നത്. പെൺമക്കളുടെ വിവാഹം, വീട് വയ്പ് തുടങ്ങിയ സാമ്പത്തിക ആവശ്യങ്ങളെ നേരിടുന്നതിന് സഹായിക്കുന്നതിനാണ് പുരോഹിതന്മാർ കുറിപ്രസ്ഥാനം ആരംഭിച്ചത്. കുറിയിൽച്ചേരുന്നവരെല്ലാം ഒരു നിശ്ചിത തുക തവണകളായി മുടക്കുകയും ഓരോ തവണയും കിട്ടുന്ന തുക മുഴുവനായി അത്യാവശ്യക്കാരനെന്ന് പുരോഹിതന് ബോദ്ധ്യമുള്ള ആളിന് പുരോഹിതന്റെ തന്നെ ഉത്തരവാദിത്വത്തിൽ നല്കുമെന്നുമുള്ളതായിരുന്നു ഇതിന്റെ രീതി. അനുഭവത്തിൽ ഇത് വളരെ നല്ലതെന്ന് ബോദ്ധ്യപ്പെട്ടതിനെത്തുടർന്ന് ഇത് പള്ളിയുടെ പുറത്തേക്കും വ്യാപിച്ചു. അങ്ങനെ ഇതിനൊരു മതേതര സ്വഭാവം കൈവന്നു. ഈ കുറി അല്ലെങ്കിൽ ചിട്ടി പ്രസ്ഥാനങ്ങളാണ് കേരളത്തിൽ ബാങ്കിങ്ങിന്റെ പൂർവ്വമാതൃക. തിരുവിതാംകൂറിലെ മൂന്നാമത്തെ രജിസ്റ്റർ ചെയ്യപ്പെട്ട കമ്പനിയായ കണ്ടത്തിൽ കുടുംബയോഗ കമ്പനിയുടെ മേൽനോട്ടത്തിൽ നടത്തപ്പെട്ട ട്രാവൻകൂർ ബാങ്കിന്റെ തുടക്കം ചിട്ടിയിൽനിന്നും ആണ്. ചിട്ടി നടത്തി ലഭിച്ച ലാഭം മുടക്കിയാണ് ട്രാവൻകൂർ ബാങ്ക് ആരംഭിച്ചത്. പിന്നീട് ഉണ്ടായ ട്രാവൻകൂർ നാഷണൽ ബാങ്കും ആദ്യം നടത്തിയത് ചിട്ടിയാണ്. അതിൽനിന്നുമാണ് ബാങ്കിങ് രംഗത്തേക്ക് വന്നത്.

കേരളത്തിലെ ആദ്യ ബാങ്ക്

1899 ൽ അപ്പു നെടുങ്ങാടി എന്ന ബാരിസ്റ്റർ, ജോയിന്റ് സ്റ്റോക്ക് മാതൃകയിൽ കോഴിക്കോട് സ്ഥാപിച്ച ബാങ്കാണ് നെടുങ്ങാടി ബാങ്ക്, ഈ ബാങ്കാണ് കേരളത്തിലെ ആദ്യത്തെ ജോയിന്റ് സ്റ്റോക്ക് ബാങ്ക്. മലയാളത്തിലെ ഒന്നാമത്തെ നോവലായ *കുന്ദലത*യുടെ കർത്താവും ഈ അപ്പു നെടുങ്ങാടി തന്നെയാണെന്ന് സാന്ദർഭികമായി പറഞ്ഞുകൊള്ളട്ടെ.

കൊച്ചിയിലെ ആദ്യകാല ബാങ്കുകൾ

തിരുവിതാംകൂറിൽ 19-ാം നൂറ്റാണ്ടിന്റെ അന്ത്യപാദത്തിൽത്തന്നെ ബാങ്കുകൾ ആരംഭിച്ചെങ്കിലും കൊച്ചിയിൽ 20-ാം നൂറ്റാണ്ടിന്റെ ആദ്യപാദത്തിലാണ് ബാങ്കുകൾ ആരംഭിച്ചത്. കൊച്ചിയിലെ ബാങ്കുകളുടെ പൂർവ്വമാതൃകകൾ പള്ളിക്കുറികൾ ആണ്. തിരുവിതാംകൂറിൽ ഇത് ചിട്ടി എന്ന പേരിൽ അറിയപ്പെട്ടിരുന്നു. തിരുവിതാംകൂറിൽനിന്ന് വ്യത്യസ്തമായി കൊച്ചിയിലെ ബാങ്കിങ് പ്രസ്ഥാനത്തിനുള്ള പ്രത്യേകത അതിന്റെ സാമുദായിക ബന്ധമാണ്. തിരുവിതാംകൂറിൽ ചില പ്രമുഖ ക്രൈസ്തവ കുടുംബങ്ങളാണ് ചിട്ടി പ്രസ്ഥാനവും ബാങ്കും ആരംഭിച്ചതെങ്കിൽ കൊച്ചിയിൽ ഇത് ചില സമുദായങ്ങളാണ്, പ്രത്യേകിച്ച് ക്രൈസ്തവരുടെ ഇടയിലെ ഭിന്ന വിഭാഗക്കാരാണ്. തുറമുഖ പട്ടണങ്ങളായ കൊച്ചിയിലും എറണാകുളത്തും ആരംഭിച്ച ബാങ്ക് വ്യവസായം ക്രമേണ തലശ്ശേരിയിലേക്കും വ്യാപിച്ചു. 1918 ൽ ചിറ്റിലപ്പള്ളി ലോനൻ വറീത്, മൂക്കൻ ഔസേപ്പ്, നടക്കാവുകാരൻ ഔസേപ്പ് ഇനാശു, ഇമ്മാട്ടി ലോനൻ പാവു തുടങ്ങിയ

പ്രമുഖ കൽദായ ക്രൈസ്തവ കുടുംബാംഗങ്ങളുടെ നേതൃത്വത്തിൽ തുടങ്ങിയ കൽഡേയ്ൻ സിറിയൻ ബാങ്ക് ആണ് കൊച്ചിയിലെ ആദ്യ ബാങ്ക് എന്നു പറയാം. ഇതിന് പിന്നാലെ പ്രമുഖ റോമൻ കത്തോലിക്ക കുടുംബക്കാരായ ചാക്കോള ആലങ്ങാട്ടുകാരൻ. കുറ്റൂക്കാരൻ, മാളിയേക്കൻ തുടങ്ങിയവർ ചേർന്ന് തൃശൂർ ആസ്ഥാനമാക്കി കാതലിക് സിറിയൻ ബാങ്ക് എന്ന പേരിൽ 1920 ൽ ഒരു ബാങ്ക് സ്ഥാപിച്ചു. ഇതോടെ തൃശൂരിൽ ബാങ്കുകളുടെ ഒരു ബഹളം തന്നെയുണ്ടായി. ക്രൈസ്തവരിലെ വ്യത്യസ്ത വിഭാഗക്കാർ മത്സരിച്ച് രംഗത്ത് എത്തി. മിക്ക ബാങ്കുകളും അറിയപ്പെട്ടത് അതിന്റെ നടത്തിപ്പുകാരുടെ സമുദായത്തിന്റെ പേരിൽ ആണ്. കാതലിക് ഓറിയന്റ് ബാങ്ക് (1922), മാർത്തോമ സിറിയൻ ബാങ്ക് (1927), സൗത്ത് ഇന്ത്യൻ ബാങ്ക് (1929), കാതലിക് ബാങ്ക് (1929), മലബാർ ബാങ്ക് (1929), ഇന്ത്യൻ ഇൻഷ്വറൻസ് ബാങ്കിങ് കോർപ്പറേഷൻ (1933), മാർ അപ്രേം ബാങ്ക് (1934) തുടങ്ങിയവ അക്കാലത്ത് മത്സരബുദ്ധിയോടെ രംഗത്ത് വന്ന ബാങ്കുകളാണ്. ബാങ്കിന്റെ നടത്തിപ്പുകാരേറെയും നേരത്തെ കുറി നടത്തിപ്പുകാരായിരുന്നു.

ക്രിസ്ത്യാനികൾക്ക് പിന്നാലെ ഇതര സമുദായങ്ങളും ബാങ്കിങ് രംഗത്തേക്ക് കടന്നുവന്നു. ധനലക്ഷ്മി ബാങ്ക് (1929), കൊച്ചിൻ നായർ ബാങ്ക് (1929), ശ്രീരാധകൃഷ്ണ ബാങ്ക് (1940), നായർ യൂണിയൻ ബാങ്ക് (1941), തീയ്യാബാങ്ക് (1941) തുടങ്ങിയവയാണ് അതിൽ പ്രധാനപ്പെട്ടവ.

തിരുവിതാംകൂർ ബാങ്ക്

പശ്ചിമഘട്ടത്തിൽ തോട്ടകൃഷി വ്യാപകമായതോടെ യൂറോപ്യന്മാർക്ക് അവരുടെ പണമിടപാടുകൾ നടത്തുന്നതിന് സൗകര്യപ്രദമായ ഒരു ബാങ്ക് ആവശ്യമായി വന്നു. ഈ അവസരം പ്രയോജനപ്പെടുത്തിക്കൊണ്ട് കണ്ടത്തിൽ ഈപ്പൻ വക്കീലിന്റെ മേൽനോട്ടത്തിൽ 1892 ൽ ആരംഭിച്ച ബാങ്കാണ് ട്രാവൻകൂർ ബാങ്ക്. കണ്ടത്തിൽ കുടുംബയോഗ കമ്പനിയുടെ ഓഹരിക്കാരിൽ ചിലർ പാർട്ട്നർഷിപ്പ് അടിസ്ഥാനത്തിൽ നടത്തിയിരുന്ന ഒരു ബാങ്കായിരുന്നു ഇത്. അന്നത്തെ കാലസ്ഥിതി വച്ചു നോക്കുമ്പോൾ വളരെ ശാസ്ത്രീയമായി നടത്തപ്പെട്ട ഒരു ബാങ്കായിരുന്നു അത്. ഈപ്പൻ വക്കീലിന്റെ കാര്യശേഷിയും സാമർത്ഥ്യവും കുടുംബ മഹിമയും ബാങ്കിന്റെ പെട്ടെന്നുള്ള വളർച്ചയ്ക്ക് സഹായമായി. വളരെയധികം ആളുകൾ ബാങ്കിൽ പണം നിക്ഷേപിച്ചു. പങ്കുകാർക്ക് 18% ലാഭവിഹിതം നല്കുന്നതിന് സാധിച്ചു. എന്നാൽ ബാങ്ക് അധികനാൾ മുമ്പോട്ട് പോയില്ല. കുടുംബാംഗങ്ങൾ തമ്മിലുള്ള അഭിപ്രായവ്യത്യാസംമൂലം ബാങ്കിന്റെ പ്രവർത്തനം നിർത്തിവയ്ക്കേണ്ടിവന്നു. അങ്ങനെ ലാഭത്തിൽ നടന്നുകൊണ്ടിരുന്ന ആ ബാങ്ക് അകാലത്തിൽ അസ്തമിച്ചു. ഇതേത്തുടർന്ന് തിരുവിതാംകൂറിൽ ഒന്നിന് പുറകെ ഒന്നായി വളരെയധികം ബാങ്കുകൾ നിലവിൽ വന്നു. അതിൽ പ്രധാനപ്പെട്ടവ തിരുവിതാംകൂർ പെർമെനന്റ് ഫണ്ട് (1899), അമ്പലപ്പുഴ ക്രിസ്ത്യൻ ബാങ്ക് (1909), തിരുവിതാംകൂർ നാഷണൽ

ബാങ്ക് (1912), തിരുവിതാംകൂർ കൊമേർസ്യൽ ബാങ്ക് (1919) ക്വയിലോൺ ബാങ്ക് (1919), പാല സെൻട്രൽ ബാങ്ക് (1928), കേരള വിലാസം ബാങ്ക് (തിരുവല്ല), വേണാട് ബാങ്ക് (പുളിങ്കുന്ന്), മാർത്താണ്ഡം കൊമേർസ്യൽ ബാങ്ക് എന്നിവയാണ്. എന്നാൽ ഇവയിൽ മിക്കതും അല്പായുസ്സുകളായിരുന്നു.

തിരുവിതാംകൂർ നാഷണൽ ബാങ്ക്

തിരുവിതാംകൂർ ബാങ്കിന്റെ പതനത്തിനുശേഷം ഒരു പുതിയ ബാങ്ക് എന്ന ആശയവുമായി കാളിക്കാട്ടിൽ തോമാ കത്തനാരും കണ്ടത്തിൽ വർഗ്ഗീസ് മാപ്പിളയുടെ പുത്രൻ കെ വി ഈപ്പനും കൂടി മാമ്മൻ മാപ്പിളയെ സമീപിച്ചു. മാമ്മൻ മാപ്പിള ഈ ആശയത്തോടു യോജിക്കുകയും അദ്ദേഹത്തിന്റെ സഹോദരനായ കെ സി ഈപ്പനെക്കൂടി ഈ സംരംഭത്തിൽ സഹകരിക്കണമെന്ന് അഭിപ്രായപ്പെടുകയും അവർ അത് സമ്മതിക്കുകയും ചെയ്തു. അങ്ങനെ ട്രാവൻകൂർ നാഷണൽ ബാങ്ക് എന്ന പേരിൽ ഒരു പുതിയ ബാങ്ക് തിരുവല്ലായിൽ രജിസ്റ്റർ ചെയ്യപ്പെട്ടു. കേവലം വ്യവസായ താല്പര്യത്തോടെ രൂപീകരിക്കപ്പെട്ട ഈ ബാങ്ക് തിരുവിതാംകൂറിന്റെ രാഷ്ട്രീയ ചരിത്രത്തിലും നടത്തിപ്പുകാരുടെ ജീവിത്തതിലും വലിയ കോളിളക്കങ്ങൾ സൃഷ്ടിക്കുമെന്ന് ആ ബാങ്കിന്റെ ജനന സമയത്ത് ആരും ഓർത്തില്ല.

നാട്ടിൽ കൂണുപോലെ മുളച്ചുവന്ന ബാങ്കുകൾ പോലെ ട്രാവൻകൂർ നാഷണൽ ബാങ്കും നിലനില്പിനുവേണ്ടി ആദ്യകാലത്തു വളരെ ബുദ്ധിമുട്ടനുഭവിച്ചു. പണം പലിശയ്ക്ക് എടുത്തവർ പ്രത്യുല്പാദനപരമല്ലാത്ത കാര്യങ്ങളിൽ പണം നിക്ഷേപിച്ചതുകൊണ്ട് തിരിച്ചടവ് കുറയുകയും ബാങ്കിന്റെ പ്രവർത്തന മൂലധനത്തെ സാരമായി ബാധിക്കുകയും ചെയ്തു. ഇത് നിക്ഷേപങ്ങളുടെ വരവ് കുറയാൻ കാരണമായി.

ഈ സാഹചര്യത്തെ നേരിടുവാൻ കാര്യപ്രാപ്തിയുള്ള ഒരു മാനേജ്മെന്റ് സംവിധാനം ട്രാവൻകൂർ നാഷണൽ ബാങ്ക് ഉണ്ടാക്കിയെടുത്തു. ഇതര ബാങ്കിലെ പരിചയ സമ്പന്നരായ ഉദ്യോഗസ്ഥന്മാരെ ബാങ്കിലേക്ക് ആകർഷിച്ചു. അങ്ങനെ ബാങ്കിന്റെ പ്രവർത്തനം മെച്ചപ്പെട്ടു. തിരുവല്ലയിൽ ഒരു രജിസ്റ്റർഡ് ഓഫീസുമായി തുടങ്ങിയ ബാങ്കിന് ആലപ്പുഴ, കോട്ടയം, തിരുവനന്തപുരം എന്നീ പട്ടണങ്ങളിൽ ശാഖകൾ ഉണ്ടായി. മാമ്മൻ മാപ്പിളയുടെ പുത്രൻ കെ എം ഈപ്പൻ ബാങ്കിന്റെ സെക്രട്ടറിയായി നിയമിതനാകുകയും ആലപ്പുഴയുള്ള ഹെഡ്ഡോഫീസിൽ ചാർജ്ജ് എടുക്കുകയും ചെയ്തു.

അങ്ങനെ 1912 ൽ കേവലം 13,000/- രൂപ മൂലധനത്തോടും 19,000/- രൂപ നിക്ഷേപത്തോടും ആരംഭിച്ച ബാങ്ക്, പത്തു വർഷം പിന്നിട്ടപ്പോൾ 2,60,000/- രൂപ പിരിച്ചെടുത്ത മൂലധനവും 1,77,65,000/- രൂപ നിക്ഷേപവും 2,12,29,000/- രൂപ പ്രവർത്തന മൂലധനം 3,50,000/- രൂപ റിസർവ്വ് ഫണ്ടും ഉള്ള ഒരു വലിയ വടവൃക്ഷമായി പടർന്ന് പന്തലിച്ചു ബാങ്കിന് 40 ഓളം ശാഖകൾ ഉണ്ടായിരുന്നു. എണ്ണത്തിന്റെ കാര്യത്തിൽ ഇന്ത്യയിലെ ഒന്നാ

മത്തേത്. ബാങ്കിന്റെ അഭൂതപൂർവ്വമായ ഈ വളർച്ചയുടെ കാരണങ്ങളെപ്പറ്റി മാമ്മൻ മാപ്പിള അദ്ദേഹത്തിന്റെ ആത്മകഥയിൽ ഇപ്രകാരം രേഖപ്പെടുത്തിയിരിക്കുന്നു.

> എന്നാൽ മേൽ വിവരിച്ച പരിഷ്കാര പദ്ധതി നടപ്പിലാക്കിയ ശേഷം തിരുവിതാംകൂറിലും കൊച്ചിയിലുമുള്ള പല സ്ഥലങ്ങളിൽ മാത്രമല്ല ബ്രിട്ടീഷ് ഇന്ത്യയുടെ പലഭാഗങ്ങളിലും മൈസൂറിലും സിലോണിലും മറ്റുമായി പുതിയ ശാഖകൾ തുറന്നു. ഇവയെല്ലാം അചിരേണ വളരെ ശക്തിയും പുഷ്ടിയും പ്രാപിച്ചു. ഹെഡ്ഡോഫീസിന്റെ ധനശക്തികൊണ്ടോ സാമ്പത്തിക പിന്തുണ കൊണ്ടോ അല്ല ഈ ശാഖകൾ ഇത്രമാത്രം ശക്തിപ്രാപിച്ചു വളർന്നത്. ഏതെങ്കിലും സ്ഥലത്ത് പുതിയ ശാഖകൾ തുറക്കാൻ തീരുമാനിക്കുമ്പോൾ ഏജന്റായി പോകുന്ന ആളിനോട് ഞാൻ പറയുക പതിവായിരുന്നു. ഹെഡ്ഡോഫീസിൽനിന്ന് പണം തന്ന് ശാഖ നടത്തിക്കൊണ്ട് പോകുവാൻ ശക്തിയില്ല. തിരുവിതാംകൂർ നാഷണൽ ബാങ്ക് എന്ന് പേരെഴുതിയ ഒരു പരസ്യപ്പലകയും ബാങ്കിന്റെ പ്രതിനിധിയെന്ന നിലയിൽ പണമിടപാടുകൾ നടത്തുന്നതിനുള്ള അംഗീകാര പത്രവും (Power of Attorney) തരും. ബാക്കി കാര്യങ്ങൾ ഒക്കെ നടത്തിക്കൊള്ളണം എന്ന്. ഭാഗ്യവശാൽ ബാങ്കിന്റെ ഏജന്റുമാരായി ചുമതല ഏറ്റെടുത്തവർ അതിസമർത്ഥന്മാരും അദ്വിതീയന്മാരുമായിരുന്നു. വാസ്തവത്തിൽ സർവ്വപ്രധാനമായ ഒരു കാരണം, ഇങ്ങനെ അസാമാന്യ സമർത്ഥന്മാരും ബാങ്കിന്റെ താല്പര്യങ്ങളെ സ്വന്ത താല്പര്യങ്ങളെന്ന് കരുതി ഏറ്റവും നിസ്വാർത്ഥമായും ഉത്സാഹത്തോടും സേവനം അനുഷ്ഠിക്കുന്നതിൽ നിതാന്ത ജാഗരൂപരായ ഒരു സംഘം ഏജന്റുമാരെ ലഭിച്ചു എന്നുള്ളതായിരുന്നു."

തിരുവല്ല ബാങ്ക്

ഇരുപതാം നൂറ്റാണ്ടിന്റെ ആരംഭത്തിൽ (1900) സി പി മാത്തന്റെ പിതാവായ മാമ്മൻ പൗലൂസ് തന്റെ ജന്മനാടായ തിരുവല്ലായിൽ ഒരു ബാങ്ക് സ്ഥാപിച്ചു. തിരുവല്ല ബാങ്ക് എന്ന പേരിൽ സ്ഥാപിതമായ ഈ ബാങ്ക് കേരളത്തിലെ രണ്ടാമത്തെ ജോയിന്റ് സ്റ്റോക്ക് ബാങ്കാണ്. ബാങ്കിൽ ഓഹരി എടുത്തിരുന്നവർ മാമ്മൻ പൗലോസിന്റെ അടുത്ത സ്നേഹിതന്മാർ മാത്രമായിരുന്നു. ബാങ്കിൽനിന്നും എന്തെങ്കിലും തരത്തിലുള്ള ലാഭം കിട്ടണമെന്ന ആശ കൊണ്ടല്ല ബാങ്കുപോലുള്ള ഒരു പുതിയ സംരംഭത്തിൽ പങ്കാളിയാകുന്നതിനുള്ള താല്പര്യവും മാമ്മൻ പൗലോസിനോടുള്ള ബഹുമാനവുമാണ് അവരെ ബാങ്കിന്റെ ഓഹരിക്കാരാകാൻ പ്രേരിപ്പിച്ചത്. മാമ്മേൻ പൗലോസിന് ഈ സംരംഭം ഒരു കുതൂഹലം എന്നതിൽ കവിഞ്ഞ് ഒരു വരുമാനമാർഗ്ഗമായി തോന്നിയില്ല. ലാഭം ആഗ്രഹിച്ചിരുന്നില്ലെങ്കിലും ബാങ്ക് ലാഭത്തിൽ തന്നെയാണ് നടന്നിരുന്നത്. എന്നാൽ അദ്ദേഹം ഈ

ബാങ്ക് തുടർന്ന് നടത്തിയില്ല. വളരെയധികം പുരയിടങ്ങളും നിലങ്ങളും എല്ലാം നോക്കി നടത്തേണ്ട ഭാരിച്ച ഉത്തരവാദിത്വം ഉണ്ടായിരുന്നതു കൊണ്ട് ഈ സംരംഭം അദ്ദേഹം കൈയൊഴിയുകയാണ് ഉണ്ടായത്. ഈ ബാങ്ക് കൊണ്ട് സാമ്പത്തിക നേട്ടമൊന്നും മാമ്മൻ പൗലോസിന് ഉണ്ടായില്ലെങ്കിലും തന്റെ പുത്രനെ ബാങ്കിങ് രംഗത്തേക്ക് ആകർഷിക്കുന്നതിന് അദ്ദേഹത്തിന് കഴിഞ്ഞു.

സി പി മാത്തൻ ബാങ്ക് ബിസിനസ് രംഗത്ത് പ്രവേശിക്കുന്നു

സി പി മാത്തൻ ബാങ്ക് വ്യവസായരംഗത്ത് പിച്ചുവെച്ചുനടക്കാൻ പഠിച്ചത് ഈ ബാങ്കിന്റെ പ്രവർത്തനത്തിൽ കൂടിയാണ്. പിതാവിന്റെ വ്യവസായാഭിമുഖ്യം പുത്രനിലും ചെറുപ്പം മുതലേ ഉണ്ടായിരുന്നു, അഭിഭാഷക ബിരുദം സമ്പാദിച്ച മാത്തന് അഭിഭാഷക വൃത്തിയിൽ യാതൊരു താല്പര്യവും ഇല്ലായിരുന്നു. അസത്യങ്ങളും അർദ്ധസത്യങ്ങളും നിറഞ്ഞ അഭിഭാഷക വൃത്തിയേക്കാൾ അപകടവും അനിശ്ചിതത്വവും നിറഞ്ഞ വ്യവസായ രംഗമായിരുന്നു മാത്തനെ ആകർഷിച്ചത്.

ക്വയിലോൺ ബാങ്ക്

1919 ൽ സി പി മാത്തൻ ക്വയിലോൺ ബാങ്ക് എന്ന പേരിൽ ഒരു ബാങ്ക് ആരംഭിച്ചു. അതിന് 7 വർഷങ്ങൾക്ക് മുമ്പ് തന്നെ മാമ്മൻ മാപ്പിളയുടെ നേതൃത്വത്തിൽ ട്രാവൻകൂർ നാഷണൽ ബാങ്ക് നിലവിൽ വന്നിരുന്നു. സി പി മാത്തന്റെ തുടക്കം എളിയ നിലയിലായിരുന്നു. കേവലം 54,000/- രൂപ നിക്ഷേപമായും 1,56,000/ പ്രവർത്തന മൂലധനമായും ഉണ്ടായിരുന്നു.

ക്വയിലോൺ ബാങ്ക്

ഒരു എളിയ സംരംഭം ഒരു വലിയ വിജയമാക്കിത്തീർക്കാമെന്ന് മാത്തന് അടിയുറച്ച വിശ്വാസമുണ്ടായിരുന്നു. അദ്ദേഹത്തിന്റെ പ്രതീക്ഷയ്ക്കൊത്ത് ബാങ്ക് വളർന്നു വികസിച്ചു. 1934 ആയപ്പോൾ ബാങ്കിന്റെ അടച്ചുതീർന്ന മൂലധനം 4,26,000/- രൂപയായും പ്രവർത്തന മൂലധനം 74,56,000/- രൂപയായും ഉയർന്നു.

ശാഖകളുടെ എണ്ണത്തിനുണ്ടായ വർദ്ധനവും അതിശയകരമായിരുന്നു. ബാങ്ക് തിരുവിതാംകൂറിന്റെ അതിർത്തി പിന്നിട്ട് കൊച്ചി, മൈസൂർ, ഹൈദ്രാബാദ്, ഡക്കാൻ, ബ്രിട്ടീഷ് ഇന്ത്യ, സിലോൺ തുടങ്ങിയ സ്ഥലങ്ങളിലേക്ക് വ്യാപിച്ചു.

സമാന്തരബാങ്കുകൾ

ഇപ്പോൾ തിരുവിതാംകൂറിൽ രണ്ടു ബാങ്കുകൾ - തിരുവിതാംകൂർ നാഷണൽ ബാങ്കും ക്വയിലോൺ ബാങ്കും അതിന്റെ കുതിപ്പ് തുടർന്നുകൊണ്ടിരിക്കുകയാണ്. ഈ രണ്ടു ബാങ്കുകളും തിരുവിതാംകൂറിന്റെ അതിർത്തി പിന്നിട്ട് ബ്രിട്ടീഷ് ഇന്ത്യയിലെ പ്രധാന നഗരങ്ങളിലും രാജഭരണ പ്രദേശങ്ങളിലും എല്ലാം തങ്ങളുടെ സാന്നിദ്ധ്യം അറിയിച്ചു കഴിഞ്ഞു. ഇത് അനാരോഗ്യകരമായ മത്സരങ്ങൾക്കും വഴക്കുകൾക്കും ഇടയാക്കിയെങ്കിലും ഇരു ബാങ്കുകളുടെയും നടത്തിപ്പുകാർ ഈ പ്രശ്നം ബുദ്ധിപൂർവ്വം പരിഹരിച്ചു. ഇതിന്റെ വിശദാംശങ്ങൾ 'ബാങ്കുകളുടെ ലയനം എന്ന ഖണ്ഡികയിൽ വിവരിച്ചിട്ടുണ്ട്. രണ്ടു ബാങ്കുകളും ലയിച്ച് തിരുവിതാംകൂർ നാഷണൽ ആന്റ് ക്വയിലോൺ ബാങ്ക് (TNQB) രൂപീകരിച്ചു.

സാമ്പത്തിക മാന്ദ്യത്തെ അതിജീവിച്ച രണ്ട് ബാങ്കുകൾ

1929-39 വരെയുള്ള ഒരു ദശാബ്ദം ലോക കമ്പോളവ്യവസ്ഥ ഒരു വലിയ സാമ്പത്തിക മാന്ദ്യത്തിന്റെ ചുഴിയിൽപ്പെട്ട് വട്ടം കറങ്ങി. അമേരിക്കയിലും യൂറോപ്പിലും വൻകിട ബാങ്കുകൾ തകർന്ന് തരിപ്പണമായി. മാന്ദ്യത്തിന്റെ അലകൾ ഇന്ത്യയിലും അടിച്ചു. ഇന്ത്യയിലെ പല വലിയ ബാങ്കുകളും സാമ്പത്തിക കുഴപ്പങ്ങളിൽപ്പെട്ട് നട്ടം തിരിഞ്ഞു. ഈ പ്രതികൂല സാഹചര്യത്തിൽ കുലുങ്ങാതെ നിന്ന രണ്ടു ബാങ്കുകളാണ് തിരുവിതാംകൂർ നാഷണൽ ബാങ്കും ക്വയിലോൺ ബാങ്കും. ഇതിനുള്ള ഒരു കാരണം ബാങ്കിലെ നിക്ഷേപകർ അധികവും ഇംഗ്ലീഷുകാരായ ബിസിനസുകാരും പ്ലാന്റർമാരും സിവിൽ സർവ്വീസ് ഉദ്യോഗസ്ഥന്മാരും ആയിരുന്നു എന്നുള്ളതാണ്. സാമ്പത്തിക മാന്ദ്യം നാട്ടിലെ സാധാരണക്കാരായ ആളുകളുടെ ജീവിതം ദുസ്സഹമാക്കിയെന്നുള്ളത് ഒരു സത്യമാണെങ്കിലും അത്തരക്കാർക്ക് ബാങ്കിൽ പണം നിക്ഷേപിക്കുന്നതിനോ പണം പലിശയ്ക്ക് എടുക്കുന്നതിനോ ഉള്ള ശേഷി ഉണ്ടായിരുന്നില്ല. രണ്ടാം ലോക മഹായു

ദ്ധാരംഭത്തോടെ ലോകം ഈ മാന്ദ്യത്തെ അതിജീവിച്ചു. യുദ്ധോപകരണങ്ങളും അനുബന്ധ ഘടകങ്ങളും നിർമ്മിക്കുന്നതിനുവേണ്ടി ലോകത്തുള്ള സർവ്വ ഫാക്ടറികളും അഹോരാത്രം പ്രവർത്തിച്ചു തുടങ്ങി. തൊഴിലില്ലായ്മ ഗണ്യമായി കുറഞ്ഞു. ആളുകളുടെ വാങ്ങൽ ശേഷി വർദ്ധിച്ചു, കാർഷികോല്പന്നങ്ങളുടെ വില വർദ്ധിച്ചു. കയറ്റുമതിയും ഇറക്കുമതിയും വർദ്ധിച്ചു. എന്നാൽ ഇതിന്റെ നേട്ടമൊന്നും അനുഭവിക്കാൻ തിരുവിതാംകൂർ നാഷണൽ ആന്റ് ക്വയിലോൺ ബാങ്കിന് സാധിച്ചില്ല. അപ്പോഴേക്കും ബാങ്കിൽ 'റൺ' ആരംഭിച്ചു തുടങ്ങിയിരുന്നു.

ന്യൂ ഗാർഡിയൻ ഓഫ് ഇന്ത്യ ഇൻഷ്വറൻസ് കമ്പനി

സി പി മാത്തന്റെ അടുത്ത ബിസിനസ് സംരംഭമായിരുന്നു ന്യൂ ഗാർഡിയൻ ഓഫ് ഇന്ത്യ ഇൻഷ്വറൻസ് കമ്പനി. കെ സി മാമ്മൻ മാപ്പിളയുമായി ചേർന്ന് നടത്തിയ സംരംഭമായിരുന്നു ഇത്. അന്ന് ജർമ്മനി തുടങ്ങിയ രാജ്യങ്ങളിൽ ഇൻഷ്വറൻസ് പ്രസ്ഥാനം അഭിവൃദ്ധി പ്രാപിച്ചു വരുന്ന ഒരു കാലമായിരുന്നു. ഇന്ത്യയിൽ ഇന്ത്യ ഇൻഷ്വറൻസ് കമ്പനി എന്ന പേരിൽ ഒരു സ്ഥാപനം അന്ന് നടന്ന് വന്നിരുന്നു. ഈ സ്ഥാപനത്തിലെ ഒരു പ്രധാന ഉദ്യോഗസ്ഥനായിരുന്ന ശ്രീ എം കെ ശ്രീനിവാസൻ എന്നൊരാൾ ഇൻഷ്വറൻസ് രംഗത്ത് വലിയ വൈഭവം നേടിയ ആൾ ആയിരുന്നു. അദ്ദേഹത്തിന്റെ സേവനം പ്രയോജനപ്പെടുത്താൻ കഴിഞ്ഞത് പുതുതായി തുടങ്ങിയ ന്യൂ ഗാർഡിയൻ ഓഫ് ഇന്ത്യാ ഇൻഷ്വറൻസ് കമ്പനിക്ക് വലിയൊരു അനുഗ്രഹമായി. എങ്കിലും ഈ രംഗത്ത് ആഗോള പ്രസിദ്ധി സമ്പാദിച്ച ഒരു വിദഗ്ദ്ധനെ ലഭിക്കുന്നത് നല്ലതായിരിക്കുമെന്ന് സി പി മാത്തനും മാമ്മൻ മാപ്പിളയും കരുതി. അന്വേഷണത്തിൽ ഡോക്ടർ കർട് മാർക്സ് എന്ന ഒരു യഹൂദൻ ഇൻഷ്വറൻസ് രംഗത്ത് ഒരതികായൻ ആണെന്ന് മനസ്സിലായി. അദ്ദേഹത്തെ എങ്ങനെയെങ്കിലും ഇന്ത്യയിൽ കൊണ്ടുവന്ന് ന്യൂ ഗാർഡിയൻ ഓഫ് ഇന്ത്യ ഇൻഷ്വറൻസ് കമ്പനിയുടെ നേതൃത്വം ഏറ്റെടുപ്പിക്കാൻ ഉള്ള മാർഗ്ഗങ്ങൾ ആലോചിച്ചു. ഇതിനുവേണ്ടി സി പി മാത്തനും മാമ്മൻ മാപ്പിളയും പ്രസിദ്ധ ശാസ്ത്രജ്ഞനായ സി വി രാമനെപ്പോയി ക്കണ്ടു. അദ്ദേഹം ഡോക്ടർ കർട് മാർക്സുമായി എഴുത്തുകുത്തുകൾ നടത്തുകയും അവസാനം അദ്ദേഹം വന്നെത്തുകയും ചെയ്തു. എന്നാൽ പ്രതീക്ഷിച്ച സേവനം അദ്ദേഹത്തിൽനിന്ന് ലഭിച്ചില്ല. എന്നാൽ ന്യൂ ഗാർഡിയൻ ഓഫ് ഇന്ത്യാ ഇൻഷ്വറൻസ് കമ്പനിയുടെ വളർച്ചയ്ക്ക് സഹായമായത് മിസ്റ്റർ നാരായണൻ എന്ന യുണൈറ്റഡ് ഇന്ത്യാ ഇൻഷുറൻസ് കമ്പനിയുടെ ഉദ്യോഗസ്ഥനാണ്. മിസ്റ്റർ നാരായണൻ ആദ്യ കമ്പനിയിലെ ജോലി രാജിവെച്ച് ന്യൂ ഗാർഡിയൻ ഓഫ് ഇന്ത്യ ഇൻഷ്വറൻസ് കമ്പനിയിൽ ചേർന്നു. ഇദ്ദേഹത്തിന്റെ വരവോടെ കമ്പനി തഴച്ചുവളരാൻ തുടങ്ങി. പിന്നീട് മിസ്റ്റർ നാരായണൻ കമ്പനിയുടെ ജനറൽ മാനേജർ പദവി വരെയെത്തി. സാധാരണ ഇൻഷ്വറൻസ് കമ്പനി മുപ്പതോ നാല്പതോ

വർഷങ്ങൾകൊണ്ട് മാത്രം നേടുന്ന വളർച്ച ന്യൂ ഗാർഡിയൻ ഓഫ് ഇന്ത്യാ ഇൻഷ്വറൻസ് കമ്പനി മൂന്നോ നാലോ വർഷങ്ങൾ കൊണ്ടു നേടി. അങ്ങനെയിരിക്കുമ്പോഴാണ് ട്രാവൻകൂർ നാഷണൽ ആന്റ് ക്വയിലോൺ ബാങ്ക് പ്രവർത്തനം നിർത്തിവയ്ക്കാൻ നിർബ്ബന്ധിതമായത്. അതോടെ സി പി മാത്തനും മാമ്മൻ മാപ്പിളയും കൂട്ടു സംരംഭമായി നടത്തിയ ഈ ഇൻഷ്വറൻസ് കമ്പനിയുടെ പുരോഗതിയും നിലച്ചു. ഗാർഡിയൻ ഓഫ് ഇന്ത്യാ ഇൻഷ്വറൻസ് കമ്പനിയെപ്പറ്റി മാമ്മൻ മാപ്പിള അദ്ദേഹത്തിന്റെ ആത്മകഥയിൽ ഇങ്ങനെ രേഖപ്പെടുത്തിയിരിക്കുന്നു.

> ലോകത്തിൽ ഉള്ള എല്ലാ വ്യവസായങ്ങളിലും വച്ച് ഏറ്റവും അധികം പണശക്തിയും അതിനോടനുബന്ധിച്ചുള്ള സ്വാധീന സാദ്ധ്യതകളും നിറഞ്ഞ ഒന്നാണ് ഇൻഷ്വറൻസ് പ്രസ്ഥാനം. ഒരിക്കൽ ചാവികൊടുത്താൽ പിന്നെയെന്നും മുറയ്ക്ക് നടന്നുകൊള്ളുന്ന ഒരു ഘടികാരം പോലെയാണത്. അതിന്റെ ചലനഗതിയിൽനിന്നു തന്നെ സ്വയം ഉല്പാദിക്കപ്പെടുന്ന ശക്തി ഉള്ളിൽ സംഭരിക്കുകയും കാലം ചെല്ലുന്തോറും ഈ ശക്തി അനേകം മടങ്ങായി വർദ്ധിക്കുകയും ഒടുവിൽ അതിവിപുലമായ ഒരു ശക്തികേന്ദ്രമായിത്തീരുകയും ചെയ്യുന്ന മട്ടിലുള്ള ഒരു പ്രവർത്തന സംവിധാനമാണിതെന്ന് പറയാം. വ്യാവസായികമായും സാമ്പത്തികമായും അത്ര നിസ്സീമമായ സേവന സാദ്ധ്യതയെയും പ്രയോജന സാദ്ധ്യതകളെയും അത് ഉൾക്കൊള്ളുന്നു. ഇന്ന് ലോകത്തിലുള്ള ഏറ്റവും പ്രധാനപ്പെട്ട ചില ഇന്ത്യൻ കമ്പനിയുടെ കണക്കുകളിൽനിന്ന് ഈ വസ്തുത സ്പഷ്ടമാകുന്നതാണ്.
>
> സാധാരണ ഗതിയിൽ അസുലഭങ്ങളായ അനുകൂല സാഹചര്യങ്ങളുടെ ചേർച്ചയിൽനിന്ന് ന്യൂ ഗാർഡിയൻ ഓഫ് ഇന്ത്യാ ഇൻഷ്വറൻസ് കമ്പനിക്ക് അതിന്റെ പ്രാരംഭഘട്ടത്തിൽ മൂന്നു നാലു വർഷക്കാലം കൊണ്ടു സിദ്ധിച്ച അത്ഭുതകരമായ വളർച്ചയും വിജയവും പരിഗണിക്കുമ്പോൾ തിരുവിതാംകൂർ നാഷണൽ ആന്റ് ക്വയിലോൺ ബാങ്കിനുണ്ടായ വീഴ്ച സംഭവിക്കാതിരിക്കുകയും ന്യൂ ഗാർഡിയൻ ഓഫ് ഇന്ത്യാ ഇൻഷ്വറൻസ് കമ്പനി അന്നത്തെ രീതിയിലും അതേ ഉടമസ്ഥതയിലും തന്നെ മുന്നോട്ട് പോകുകയും ചെയ്തിരുന്നെങ്കിൽ ഇന്നത് ബാങ്ക് പ്രാപിക്കുമായിരുന്ന വളർച്ചയെ ബഹുദൂരം പിന്നിലാക്കുക മാത്രമല്ല ലോകത്തിലുള്ള ഏറ്റവും വലിയ ഇൻഷ്വറൻസ് കമ്പനികളിലൊന്നായി തീരുക കൂടി ചെയ്യുമായിരുന്നു എന്ന് കരുതുന്നതിൽ അസാംഗത്യമില്ല. അങ്ങനെ നോക്കുമ്പോൾ ഈ ഇൻഷ്വറൻസ് കമ്പനിയുടെ നഷ്ടം മൂലം തിരുവിതാംകൂർ നാഷണൽ ആന്റ് ക്വയിലോൺ ബാങ്ക് ഭാരവാഹികൾക്ക് പ്രസ്തുത ബാങ്കിന്റെ നഷ്ടത്തേക്കാൾ എത്രയോ വലിയ ഒരു നഷ്ടമാണ് സംഭവിച്ചിരിക്കുന്നത് എന്നുള്ളതിന് സംശയമില്ല.

ബാങ്കിനേക്കാൾ എത്രയോ മടങ്ങ് ലാഭം ഈ ഇൻഷ്വറൻസ് കമ്പനി അതിന്റെ ഉടമസ്ഥർക്ക് നല്കിയിരുന്നുവെന്ന് മാമ്മൻ മാപ്പിളയുടെ വിവരണത്തിൽനിന്നും വ്യക്തമായിരിക്കുമല്ലോ.

ന്യൂ ഗാർഡിയൻസ് ഓഫ് ഇന്ത്യാ ഇൻഷ്വറൻസ് കമ്പനിയുടെ പിന്നീടുള്ള അവസ്ഥ

ബാങ്കിന്റെ തകർച്ചയെത്തുടർന്ന് ന്യൂഗാർഡിയൻ ഓഫ് ഇന്ത്യ ഇൻഷ്വറൻസ് കമ്പനി നടത്തിക്കൊണ്ടു പോകുന്നത് അസാദ്ധ്യമായിത്തോന്നി. ഇൻഷ്വർ ചെയ്തവർക്ക് ആവശ്യസമയത്ത് പണം നല്കാൻ കഴിയാതെ വന്നാലോ എന്ന ഭയം നടത്തിപ്പുകാരിൽ ശക്തിയായി. ഈ സാഹചര്യത്തിൽ ഇൻഷ്വറൻസ് കമ്പനി ആർക്കെങ്കിലും കൈമാറുന്നതായിരിക്കും നല്ലതെന്ന് സി പി മാത്തനും മാമ്മൻ മാപ്പിളയ്ക്കും തോന്നി. അങ്ങനെയാണ് ഇന്ത്യൻ ഓവർസീസ് ബാങ്കിന്റെ ഉടമസ്ഥനായിരുന്ന എം സി ടി എം ചിദംബരം ചെട്ടിയാർ, ഇൻഷ്വറൻസ് കമ്പനി ഏറ്റെടുത്തത്. ഈ ഇടപാട് ഒരു നഷ്ടക്കച്ചവടമായിരുന്നു. എങ്കിലും മറ്റ് മാർഗ്ഗങ്ങൾ ഒന്നും ഉണ്ടായിരുന്നില്ല. ഈ കമ്പനിയിലെ മാനേജർമാരായിരുന്ന കെ എം ചെറിയാൻ, (മാമ്മൻ മാപ്പിളയുടെ പുത്രൻ) സി പി മാത്തന്റെ പുത്രൻ പൗലൂസ് മാത്തൻ എന്നിവർക്ക് തുടർന്നും അഞ്ചുവർഷത്തേക്ക് 500 രൂപ വീതം ശമ്പളം ഇൻഷ്വറൻസ് കമ്പനിയിൽനിന്നും ലഭിക്കുന്ന രീതിയിൽ വ്യവസ്ഥ ചെയ്തിരുന്നു. ഇത് നഷ്ടങ്ങളുടെ നാളുകളിൽ വലിയ ഒരു അശ്വാസമായിരുന്നു. രാജ്യത്തെ ഇൻഷ്വറൻസ് കമ്പനികൾ എല്ലാം ദേശ സാക്ഷാൽക്കരിക്കപ്പെട്ടപ്പോൾ ന്യൂഗാർഡിയൻ ഓഫ് ഇന്ത്യ ഇൻഷ്വറൻസ് കമ്പനി ലൈഫ് ഇൻഷ്വറൻസ് കോർപ്പറേഷന്റെ ഭാഗമായിത്തീർന്നു.

മലബാർ മിനറൽസ്

അടുത്തതായി സി പി മാത്തന്റെ ശ്രദ്ധ തിരിഞ്ഞത് കൊല്ലത്തിനടുത്തുള്ള നീണ്ടകരയിലെ ഇൽമനൈറ്റ് നിക്ഷേപത്തിലേക്കാണ്. അന്ന് ട്രാവൻകൂർ മിനറൽസ്, ഹോപ്കിൻസ് ആന്റ് വില്യംസ് എന്നിങ്ങനെ രണ്ട് യൂറോപ്യൻ കമ്പനികൾ നീണ്ടകരയിൽനിന്നും ടൺ കണക്കിനുള്ള ഇൽമനൈറ്റും ഇതര ധാതുശേഖരങ്ങളും അമേരിക്കയിലേക്ക് കയറ്റി അയച്ചിരുന്നു. ഇൽമനൈറ്റിൽ നിന്നും ടൈറ്റാനിയം ഉല്പന്നങ്ങൾ നിർമ്മിക്കുന്ന ഒരു വ്യവസായം ആരംഭിച്ചാൽ ഉണ്ടാകുന്ന വിജയ സാദ്ധ്യത മാത്തൻ മുന്നിൽക്കണ്ടു. യാതൊരു വിലയും ഇല്ലാത്ത ഒരു വസ്തുമാത്രമായാണ് നാട്ടുകാർ നീണ്ടകരയിലെ ഈ ധാതുനിക്ഷേപത്തെ കണ്ടത്. എന്നാൽ ഈ മണ്ണ് ഉപയോഗിച്ച് സായിപ്പ് കോടികൾ സമ്പാദിക്കുന്ന കാര്യം മാത്തൻ മനസ്സിലാക്കി. മാത്തൻ ചില സ്നേഹിതന്മാരുമായി ചേർന്ന് മലബാർ മിനറൽസ് എന്ന പേരിൽ ഒരു സ്ഥാപനം തുടങ്ങാനുള്ള പ്രാരംഭ നടപടികൾ

എടുത്തു. നീണ്ടകരയിലെ ധാതു നിക്ഷേപത്തിൽനിന്നും ടൈറ്റാനിയം ഉല്പാദിപ്പിക്കുകയായിരുന്നു അവരുടെ ഉദ്ദേശം. വ്യവസായത്തിനു വേണ്ട സാങ്കേതിക സഹായത്തിനുവേണ്ടി ഒരു അമേരിക്കൻ വ്യവസായ സ്ഥാപനവുമായി ചർച്ചകൾ നടത്തുകയും ചർച്ചകൾ അന്തിമ ദശയിൽ എത്തുകയും ചെയ്തു.

എന്നാൽ ഈ സമയത്തുതന്നെ തിരുവിതാംകൂർ നാഷണൽ ആന്റ് ക്വയിലോൺ ബാങ്ക് സി പി തന്ത്രം പ്രയോഗിച്ച് അടച്ച് പൂട്ടിക്കുകയും അതിന്റെ നടത്തിപ്പുകാരെയെല്ലാം ജയിലിൽ അടയ്ക്കുകയും ചെയ്തു. അങ്ങനെ സി പി മാത്തന്റെ ബാങ്കും സ്വപ്ന പദ്ധതികളായ ചൈനക്ലേ പ്രോജക്ടും മലബാർ മിനറൽസും എല്ലാം ഒരുപിടി ചാരമായിത്തീർന്നു.

മലബാർ മിനറൽസിന്റെ ആസ്തികൾ സർ സി പി രാമസ്വാമി അയ്യരുടെ ഉറ്റ മിത്രമായ ചട്ടനാഥകരയാളർക്ക് കൈമാറേണ്ടിവന്നു. നടപടിക്രമങ്ങളെല്ലാം പൂർത്തിയാക്കി അമേരിക്കൻ കമ്പനിയുടെ ഏജന്റ് തിരുവിതാംകൂറിൽ തിരിച്ചെത്തിയപ്പോൾ അദ്ദേഹത്തിന്റെ വ്യവസായ പങ്കാളികൾ ജയിലിൽ അടയ്ക്കപ്പെട്ടിരിക്കുന്നതായാണ് കണ്ടത്.

കൊല്ലത്തെ കശുവണ്ടി മേഖല

അതുവരെ അധികം ആരും ശ്രദ്ധിക്കാതെ കിടന്ന മേഖലയാണ് കൊല്ലത്തെ കശുവണ്ടി മേഖല. തീരെ ചെറിയ കച്ചവടക്കാർ കൃഷിക്കാരിൽനിന്നും കശുവണ്ടി സംഭരിച്ച് കച്ചവടം നടത്തിയിരുന്നതൊഴിച്ചാൽ ഈ മേഖലയുടെ സാദ്ധ്യതകൾ ആരും ഗൗരവമായി എടുത്തിരുന്നില്ല. കശുവണ്ടിയുടെ പോഷകമൂല്യവും വിപണന സാദ്ധ്യതകളും മനസ്സിലാക്കിയ ആദ്യത്തെ നാട്ടുകാരനാണ് സി പി മാത്തൻ. ചെറുകിട കച്ചവടക്കാർ ആഭ്യന്തര കമ്പോളത്തിൽ നടത്തിയിരുന്ന കശുവണ്ടി വ്യാപാരം വിദേശ കമ്പോളത്തിലേക്ക് തിരിച്ചുവിട്ടാൽ വലിയ ലാഭം കൊയ്യാൻ കഴിയുമെന്ന് സി പി മാത്തന് ബോദ്ധ്യപ്പെട്ടു. എന്നാൽ കൊല്ലത്തെ വ്യാപാരികൾ മാത്തന്റെ അഭിപ്രായത്തെ അത്ര കാര്യമായി എടുത്തില്ല. മാത്തൻ ചെറുകിട കച്ചവടക്കാരെ പ്രോത്സാഹിപ്പിച്ചു. എന്നാൽ ചെറുകിട കച്ചവടക്കാർക്ക് ഇതിനുവേണ്ട പണം കണ്ടെത്തുന്നതിന് പ്രയാസമായിരുന്നു. കച്ചവടക്കാരുടെ സാമ്പത്തിക ബുദ്ധിമുട്ട് പരിഹരിക്കാൻ മാത്തൻ മുന്നോട്ട് വന്നു. പണം ആവശ്യമുള്ളവർക്ക് മാത്തൻ തന്റെ ബാങ്കിൽനിന്നും കടം അനുവദിച്ചു. ആയിടയ്ക്ക് തന്നെ ഒരു വലിയ അമേരിക്കൻ വ്യവസായ സ്ഥാപനമായ ജനറൽ ഫുഡ്സിന്റെ പ്രതിനിധിയുമായി കണ്ടുമുട്ടാനുള്ള ഒരു അവസരവും മാത്തന് ലഭിച്ചു. തന്റെ രാജ്യത്തേക്ക് കശുവണ്ടി കയറ്റി അയയ്ക്കുന്നതിൽ അദ്ദേഹം അതീവ തല്പരനായിരുന്നു. ഈ അവസരം പ്രയോജനപ്പെടുത്തിയതോടെ മാത്തൻ കൊല്ലത്തെ കശുവണ്ടി മേഖലയിൽ വലിയ ചലനം സൃഷ്ടിച്ചു. കൊല്ലത്തുനിന്നും ടൺ കണക്കിന് കശു

വണ്ടി വിദേശത്തേക്കു കയറ്റി അയയ്ക്കപ്പെട്ടു. കശുവണ്ടിയുടെ കയറ്റുമതി കൊല്ലത്തെ കർഷകർക്കും കച്ചവടക്കാർക്കും എല്ലാം വലിയ ഒരു അനുഗ്രഹമായിത്തീർന്നു. കൊല്ലം പട്ടണത്തിലെ വലിയ വ്യവസായങ്ങളും ധനാഢ്യന്മാരും എല്ലാം കശുവണ്ടി വ്യവസായം വഴി അഭിവൃദ്ധി പ്രാപിച്ചവരാണ്. വ്യവസായത്തിനുവേണ്ടി കശുവണ്ടി ആഫ്രിക്കൻ രാജ്യങ്ങളിൽനിന്നും ഇറക്കുമതി ചെയ്തു പ്രോസസ് ചെയ്തശേഷം അമേരിക്കയിലേക്ക് കയറ്റുമതി ചെയ്തിരുന്ന വൻകിട സ്ഥാപനങ്ങൾ ഒരു കാലത്ത് കൊല്ലത്ത് എവിടെയും കാണാമായിരുന്നു. ഇതിനെല്ലാം കാരണക്കാരൻ മാത്തനാണ്

വലിയ വ്യവസായങ്ങൾ പടുത്തുയർത്തുന്നതിന് സാദ്ധ്യതകൾ ഉള്ള പ്രദേശമാണ് കൊല്ലം. അപൂർവ്വ ലോഹമണൽകൊണ്ടും ധാതുക്കൾ കൊണ്ടും അനുഗ്രഹിക്കപ്പെട്ട ഈ പ്രദേശത്തെ വ്യവസായികമായി വളർത്തിക്കൊണ്ടുവരുന്നതിന് ആവശ്യമായ ദീർഘവീക്ഷണവും സാഹസികബുദ്ധിയും നമ്മുടെ നാട്ടിൽ ഉള്ളവർക്ക് തീരെ കുറവായിരുന്നു എന്നു തന്നെ പറയാം. കാർഷികവൃത്തിയിൽ നിർവൃതികൊള്ളുന്ന ഒരു മനസ്സായിരുന്നു നമ്മുടെ നാട്ടുകാരുടേത്. അവരിൽ സമ്പന്നന്മാർപോലും കൃഷി ചെയ്തു ജീവിക്കണമെന്നല്ലാതെ ബിസിനസ് രംഗത്തേക്ക് വരുന്നതിനെപ്പറ്റി ചിന്തിക്കുന്നതിനുപോലും അശക്തരായിരുന്നു. അതുകൊണ്ടാണ് കശുവണ്ടി നാടൻചന്തയിലെ ഒരു വില്പനച്ചരക്കു മാത്രമായിരുന്നത്. സി പി മാത്തൻ ഇടപെട്ടപ്പോഴാണ് കൊല്ലത്തെ കശുവണ്ടി അമേരിക്കയിലെ സായിപ്പിന്റെ തീൻമേശയിലെ അവിഭാജ്യഘടകമായിത്തീർന്നത്.

കൊല്ലത്തിനടുത്തുള്ള കുണ്ടറയിലെ ചൈന ക്ലേ നിക്ഷേപത്തിന്റെ സാദ്ധ്യതകളും ആദ്യമായി കണ്ടെത്തിയ നാട്ടുകാരൻ സി പി മാത്തനാണ്. മാത്തൻ കുണ്ടറയിലെ ചൈന ക്ലേ, ലബോറട്ടറിയിൽ അയച്ച് പരിശോധിക്കുകയും ഏറ്റവും ഉയർന്ന നിലവാരത്തിലുള്ളതാണെന്ന് ബോദ്ധ്യപ്പെടുകയും ചെയ്തു. ഇതിനു തുല്യമായ ക്ലേ, കോൺവാളിൽ മാത്രമേ ലഭിക്കുകയുള്ളൂ എന്ന് വിദഗ്ദ്ധർ അഭിപ്രായപ്പെട്ടു. തുടർന്ന് പി വി സ്വാമിനാഥൻ, തങ്ങൾകുഞ്ഞ് മുസലിയാർ എന്നിവരുമായി പങ്കുചേർന്ന് മാത്തൻ കുണ്ടറയിലെ പ്രസ്തുത സ്ഥലം വാങ്ങി. അവിടെ വ്യവസായം ആരംഭിക്കുന്നതിനുള്ള ഉദ്ദേശ്യത്തോടുകൂടി തിരുവിതാംകൂർ ഗവൺമെന്റിലേക്ക് ലൈസൻസിനുവേണ്ടി അപേക്ഷിച്ചു. തിരുവിതാംകൂർ ദിവാൻ, ബ്രിട്ടീഷുകാരനായ തോമസ് ഓസ്റ്റിൻ ആയിരുന്നു. (1932) ദിവാൻ ഈ സംരംഭത്തെ പ്രശംസിക്കുകയും തിരുവിതാംകൂറിന് ഈ സംരംഭം എല്ലാം കൊണ്ടും നല്ലതാണെന്ന് അഭിപ്രായപ്പെടുകയും ചെയ്തു. എന്നാൽ ഈ സമയത്ത് സർ സി പി ഇടപെടുകയും ലൈസൻസ് റദ്ദു ചെയ്യാൻ ദിവാന് ഉപദേശം നല്കുകയും ചെയ്തു. സി പി മാത്തനും കൂട്ടാളികളും വാങ്ങിയ കുണ്ടറയിലെ സ്ഥലം തിരുവിതാംകൂർ ഗവൺമെന്റിലേക്ക് മുതല്ക്കൂട്ടുവാനും സാർ സി പി ദിവാനെ പ്രേരിപ്പിച്ചു. സർ സി പിയുടെ കുത്തിത്തിരിപ്പിന്റെ

ഫലമായി ദിവാൻ നല്കിയ ലൈസൻസ് റദ്ദാക്കപ്പെടുകയും സ്ഥലം പിന്നീട് നിലവിൽ വന്ന കുണ്ടറ സെറാമിക്സിനു വേണ്ടി ഉപയോഗപ്പെടുത്തുകയും ചെയ്തു.

ട്രാവൻകൂർ ചേംബർ ഓഫ് കൊമേഴ്സ്, ആലപ്പുഴ

തിരുവിതാംകൂറിന്റെ വ്യവസായ തലസ്ഥാനം ആലപ്പുഴ ആയിരുന്നു. എന്നാൽ ആലപ്പുഴയ്ക്ക് 1927 വരെ ഒരു ചേംബർ ഓഫ് കൊമേഴ്സ് ഇല്ലായിരുന്നു. അന്നുണ്ടായിരുന്ന വ്യവസായികളുടെ ഇത്തരം സംഘടനകൾ വെള്ളക്കാർക്കു മാത്രമേ അംഗത്വം നല്കിയിരുന്നുള്ളൂ. ഇറക്കുമതിയും കയറ്റുമതിയും എല്ലാം അവരുടെ കൈകളിലായിരുന്നു. എന്നാൽ ക്രമേണ ഈ അവസ്ഥയ്ക്ക് മാറ്റം വന്നു. നാട്ടുകാരും ബിസിനസ് രംഗത്തേക്ക് വന്നു തുടങ്ങി. എന്നാൽ വെള്ളക്കാർ അവരെ അകറ്റി നിർത്തുന്ന ഒരു സമീപനമാണ് സ്വീകരിച്ചത്. ഈ അവസരത്തിലാണ് നാട്ടുകാർക്കും വെള്ളക്കാർക്കും അംഗത്വമുള്ള ട്രാവൻകൂർ ചേംബർ ഓഫ് കൊമേഴ്സ് എന്ന സംഘടന സി പി മാത്തൻ സ്ഥാപിക്കുന്നത്. അന്ന് തിരുവിതാംകൂർ ദിവാനായിരുന്ന മിസ്റ്റർ വാട്സ് ഈ സ്ഥാപനത്തിന് ആവശ്യമായ പ്രോത്സാഹനവും പിന്തുണയും നല്കിയെന്നുള്ളതും പ്രസ്താവ്യമാണ് ഈ സ്ഥാപനം വളർന്ന് തിരുവിതാംകൂറിലെ വ്യവസായികളുടെ ഏറ്റവും വലിയ സംഘടനയായി.

ബാങ്കുകളുടെ ലയനം

മാമ്മൻ മാപ്പിളയും സി പി മാത്തനും കൂട്ടായി നടത്തിക്കൊണ്ടിരുന്ന ഇൻഷ്വറൻസ് കമ്പനിയുടെ അപ്രതീക്ഷിത വിജയം ബാങ്കുകൾ തമ്മിലുള്ള ലയനത്തിന് ഒരു പ്രേരണയായിത്തീർന്നു. കൂട്ടുസംരംഭമായ ഇൻഷ്വറൻസ് കമ്പനി ഇന്ത്യയിലെ തന്നെ വലിയ ഇൻഷ്വറൻസ് സ്ഥാപനമായി മാറിക്കഴിഞ്ഞിരുന്നു. ഇതിൽനിന്നുണ്ടായ ആത്മവിശ്വാസം മറ്റൊരു പങ്കാളിത്ത ബിസിനസിലേക്ക് കാൽവെക്കുവാൻ രണ്ടു കൂട്ടർക്കും പ്രചോദനം നല്കി. മദ്ധ്യ തിരുവിതാംകൂർ കേന്ദ്രമായി രണ്ടു ബാങ്കുകൾ ഒരേസമയത്ത് പ്രവർത്തിച്ചിരുന്നതുകൊണ്ട് പല ബുദ്ധിമുട്ടുകളും ഉണ്ടായിക്കൊണ്ടിരുന്നു. പലപ്പോഴും രണ്ടു ബാങ്കുകളുടെയും ശാഖകൾ ഒരേ സ്ഥലത്ത് പ്രവർത്തിച്ചിരുന്നു. ഇത് അങ്ങുമിങ്ങും ശാഖകൾ തമ്മിൽ ഉരസലുകളും സംഘട്ടനങ്ങളും ഉണ്ടാകുന്നതിന് കാരണമായി. രണ്ട് ബാങ്കുകളുടെയും ഇടപാടുകാർ മിക്കവാറും ഒരേ ആളുകൾ തന്നെയായിരുന്നു. രണ്ട് ബാങ്കുകളുടെയും ഏജന്റുമാർ ഒരേ നിക്ഷേപകരെ തങ്ങളിലേക്ക് ആകർഷിക്കാൻ ശ്രമിച്ചത് അനാരോഗ്യകരമായ മത്സരത്തിന് കാരണമായി ബാങ്കുകൾ തമ്മിൽ ലയനം സാദ്ധ്യമായാൽതന്നെ മുപ്പതോളം ശാഖകൾ കുറയ്ക്കാൻ സാധിക്കുമെന്ന് കണക്കുകളിൽനിന്ന് വ്യക്തമായി. ഈ അവസരത്തിൽ

ബാങ്കുകൾ തമ്മിലുള്ള ലയനം ബുദ്ധിപൂർവ്വമായിരിക്കുമെന്ന് ഇരുകൂട്ടർക്കും ബോദ്ധ്യപ്പെടുകയും അതനുസരിച്ച് ലയനത്തിനുള്ള നടപടികൾ കൈക്കൊള്ളുകയും ചെയ്തു. ബാങ്കുകളുടെ ലയനം സർ സി പി ക്ക് ഇഷ്ടമാകുകയില്ല എന്ന് അറിയാമായിരുന്നു എങ്കിലും ഒരു ഉപചാരമെന്ന നിലയിൽ സർ സി പി രാമസ്വാമി അയ്യരെച്ചെന്ന് കാണുന്നതിനും സർക്കാരിന്റെ ട്രഷറി സംബന്ധമായ ജോലികളും മറ്റ് ആനുകൂല്യങ്ങളും തന്ന് ബാങ്കിനെ സഹായിക്കണമെന്ന് അഭ്യർത്ഥിക്കുന്നതിനും തീരുമാനിച്ചു. കൂടാതെ സർ സി പി യുടെ ബഹുമാനാർത്ഥം ബാങ്കിന്റെ കൊല്ലം ഓഫീസിൽവച്ച് ഒരു ഉദ്യാന വിരുന്ന് നടത്തുന്നതിനും തീരുമാനിച്ചു. ബാങ്കിന്റെ ഔദ്യോഗിക ലയനത്തിനുള്ള തീയതി 23.06.1927 എന്നാണ് തീരുമാനിച്ചിരുന്നത് പിന്നീട് അത് 3 മാസത്തോളം നീണ്ടുപോയി. അതുകൊണ്ട് അതിന്റെ തലേദിവസം സായാഹ്നത്തിലാണ് വിരുന്നിനുള്ള ഏർപ്പാടുകൾ ചെയ്തിരുന്നത്. സി പി വിരുന്നിൽ പങ്കെടുക്കാമെന്ന് സന്തോഷപൂർവ്വം സമ്മതിക്കുകയും ചെയ്തു. സി പിയുമായുള്ള സംഭാഷണമദ്ധ്യേ ബാങ്കിന്റെ ഇടപാടുകാർ അധികം പേരും ബ്രിട്ടീഷ് ഇന്ത്യയിൽ നിന്നുള്ളവരാകയാൽ ബാങ്കിന്റെ രജിസ്ട്രേഡ് ഓഫീസ് ബ്രിട്ടീഷ് ഇന്ത്യയിൽ എവിടെയെങ്കിലും ആയിരിക്കുന്നത് നല്ലതായിരിക്കുമെന്ന് നടത്തിപ്പുകാരുടെ ആഗ്രഹം സി പിയെ അറിയിച്ചു. എന്നാൽ സി പി ഈ തീരുമാനത്തോടു യോജിച്ചില്ല. ബാങ്കിന്റെ രജിസ്റ്റർഡ് ഓഫീസ് യാതൊരു കാരണവശാലും തിരുവിതാംകൂറിന് പുറത്തുകൊണ്ടുപോകാൻ താൻ അനുവദിക്കയില്ലെന്ന് സി പി തീർത്തു പറഞ്ഞു. പ്രത്യേകിച്ചും തിരുവിതാംകൂറിൽ സർക്കാർ നിയന്ത്രണത്തിലുള്ള ഒരു ബാങ്ക് സ്ഥാപിക്കുവാൻ നടത്തിയ ശ്രമങ്ങൾ വിജയം കാണാതെയിരുന്ന സാഹചര്യത്തിൽ ഗവൺമെന്റ് ഭാഗത്തുനിന്ന് എല്ലാവിധ സഹായങ്ങളും സർ സി പി ബാങ്കിന് വാഗ്ദാനം നല്കി. ഇതേത്തുടർന്ന് ബാങ്കിന്റെ ഹെഡ്ഡാഫീസും രജിസ്റ്റർഡ് ഓഫീസും കൊല്ലത്തു തന്നെ ആക്കാനും തീരുമാനമായി. എന്നാൽ ബാങ്കിന്റെ പ്രധാന പ്രവർത്തനവും നിയന്ത്രണവും മദ്രാസിൽനിന്നായിരുന്നു. ബാങ്കിന്റെ ചെയർമാനും, മാനേജിങ് ഡയറക്ടറും ജനറൽ മാനേജറും മദ്രാസിൽ ആയിരുന്നു. ഈ ഉദ്യാന വിരുന്നിൽ സർ സി പി ചെയ്ത പ്രസംഗം അദ്ദേഹത്തിന് സി പി മാത്തനോടും കെ സി മാമ്മൻ മാപ്പിളയോടും ഉള്ള ഒളിപ്പിച്ചുവച്ച ശത്രുത വെളിച്ചത്ത് കൊണ്ടുവരുന്നതായിരുന്നു. പ്രത്യക്ഷത്തിൽ ബാങ്കിന് സർക്കാരിന്റെ എല്ലാ പിന്തുണയും വാഗ്ദാനം ചെയ്യുമ്പോഴും ബാങ്കിനെ നശിപ്പിക്കാൻ പ്രതിജ്ഞ എടുത്തിട്ടുള്ള ഒരാളിന്റെ ആവനാഴിയിലുള്ള അമ്പുകളായിരുന്നു ആ പ്രസംഗം. പ്രസംഗത്തിന്റെ പ്രാധാന്യം കണക്കിലെടുത്ത് അതിന്റെ തർജ്ജമ താഴെകൊടുക്കുന്നു.

“ഞാൻ ദിവാനാകുന്നതിന് മുമ്പ് തന്നെ ഈ രണ്ട് ബാങ്കുകളുടെയും ഭാഗധേയങ്ങൾ പിന്തുടർന്നിരുന്നു. ഇന്ത്യാ ഭൂഖണ്ഡത്തിന്റെ ഏറ്റവും

ദക്ഷിണ ഭാഗത്തുനിന്നുള്ള രണ്ട് സാഹസികരായ മാന്യന്മാർ അവരുടെ പരിശ്രമങ്ങളുടെ പുതു നാമ്പുകൾ വിദൂരമായ ഡൽഹിയിലും കൽക്കട്ടയിലും ബോംബെയിലും പടർത്തുന്നത് അനല്പമായ ആദരവോടും താല്പര്യത്തോടുംകൂടി ഞാൻ ശ്രദ്ധിച്ചിരുന്നു.

വളരെ എളിയ നിലയിൽ നിന്നും ഇമ്മാതിരിയുള്ള ഒരു പ്രസ്ഥാനം പടുത്തുയർത്തുന്നതിന് അല്പമല്ലാത്ത സാഹസിക ബുദ്ധിയും തന്റേടവും ആവശ്യമാണ്. ഈ അടുത്ത കാലം വരെ വ്യാപാരത്തിന്റെയോ വ്യവസായത്തിന്റെയോ ഒരു കേന്ദ്രമല്ലാതിരുന്നതും മൂലധനശക്തികളെ ആകർഷിക്കുന്നതിൽ മടിച്ചു നിന്നിരുന്നതുമായ തിരുവിതാംകൂറിന് സ്വന്തം പേരും സംഘടനാ മികവും ഈ മാതൃകയിൽ രൂപപ്പെടുത്താൻ കഴിഞ്ഞതിൽ സ്വയം അഭിമാനിക്കാൻ വകയുണ്ട്.

ഇരുകൂട്ടർക്കും നേട്ടമുണ്ടാക്കിക്കൊണ്ട് ഒരു രാഷ്ട്രത്തിനും ഒരു ബാങ്കിനും ഒന്നിച്ചു നിന്ന് വിവിധ ദിശകളിൽ പ്രവർത്തിക്കാവുന്നതാണ് എന്ന ഈ യാഥാർത്ഥ്യം രാഷ്ട്രം കാണാതിരിക്കരുത്. എന്നാൽ ഒരു കാര്യം പറയുവാൻ ഞാൻ ആഗ്രഹിക്കുന്നു. നിങ്ങളുടെ സംയോജിത ബാങ്ക് ഒരിക്കലും മദ്രാസിന് പ്രാമുഖ്യം നല്കുന്ന ഒരു ബാങ്ക് ആകില്ലാ എന്ന് ഞാൻ പ്രത്യാശിക്കുന്നു. നിയന്ത്രണം മദ്രാസിൽ നിന്നായിരിക്കുമെന്ന് നിങ്ങൾ പ്രസ്താവിച്ചുകണ്ടു. നിങ്ങളോട് ഒരു കാര്യം തുറന്ന് പറയാൻ ഞാൻ ആഗ്രഹിക്കുന്നു. നിങ്ങളുടെ ബാങ്ക് എല്ലാ അർത്ഥത്തിലും ഒരു തിരുവിതാംകൂർ ബാങ്കായി നിലകൊള്ളണം. നിങ്ങളുടെ വിഭവങ്ങൾ തിരുവിതാംകൂറിൽത്തന്നെ ലഭ്യമാക്കണം. തിരുവിതാംകൂറിന്റെ വ്യാപാരത്തിനും വ്യവസായത്തിനും അതുപോലെതന്നെ മുന്നേറിക്കൊണ്ടിരിക്കുന്നതും ഒരു കുതിച്ചുചാട്ടത്തിന് തയ്യാറെടുത്തുകൊണ്ടിരിക്കുന്നതുമായ അതിന്റെ കയറ്റിറക്ക് മേഖലയെ സാമ്പത്തികമായി സഹായിക്കുന്നതിനും ബാങ്ക് തയ്യാറായിരിക്കണം. കൂടാതെ, മറ്റൊരു കാര്യവുമായി ബന്ധപ്പെട്ട് ഞാൻ പറഞ്ഞിരുന്നതുപോലെ നിങ്ങളുടെ ഇടപാടുകൾ തിരുവിതാംകൂർ കേന്ദ്രീകരിച്ചായിരിക്കും എന്ന് ഞാൻ പ്രത്യാശിക്കുന്നു. ഈ കാര്യം നടക്കുന്നില്ലായെങ്കിൽ ഈ ഗവൺമെന്റിന്റെ യാതൊരുവിധ പിന്തുണയും സംരക്ഷണവും നിങ്ങൾക്ക് ലഭിക്കുകയില്ലായെന്ന് ഞാൻ ഭയപ്പെടുന്നു. എനിക്ക് മദ്രാസിനോട് യാതൊരു അസൂയയുമില്ല. ഞാൻ തന്നെ ഒരു മദ്രാസുകാരനാണല്ലോ - എന്നാൽ സാമ്പത്തികമായും അല്ലാത്തതുമായ കാര്യങ്ങളിൽ മദ്രാസിന് ആവശ്യമായ സേവനം ലഭിക്കുന്നുണ്ട്. മദ്രാസിന്റെ വരുമാനം പലരീതിയിൽ മദ്രാസിൽത്തന്നെ ചിലവഴിക്കപ്പെട്ടു പോകുന്നുണ്ട്. ഞാൻ കുറേക്കൂടി തുറന്ന് പറയാം. നിങ്ങളിൽ നിന്ന് എത്രമാത്രം കരം പിരിച്ചെടുക്കാൻ ഞങ്ങൾക്ക് ആവുമോ അത്രയും കരം പിരിച്ചെടുക്കാനും ഞങ്ങൾക്ക് സാധിക്കുമെങ്കിൽ, മറ്റുള്ളവർക്ക് കരം കൊടുക്കുന്നതിന്

നിങ്ങളെ ഞങ്ങൾ അനുവദിക്കുന്നതും അല്ല. ഞാൻ വീണ്ടും പറയുകയാണ്. ഈ സംഗതിയിൽ നിങ്ങൾ പിറുപിറുത്തിട്ട് യാതൊരു കാര്യവുമില്ല. കാരണം കരം ഇനത്തിൽ നിങ്ങൾ ഞങ്ങൾക്ക് നല്കുന്നത്, നിങ്ങൾക്ക് മറ്റിടങ്ങളിൽ നിന്ന് ഈടാക്കാവുന്നതാണ്. ഞാൻ ഇതു പറയുമ്പോൾ നിങ്ങൾക്കെന്നെ വിശ്വസിക്കാം. നിങ്ങളുടെ പ്രവർത്തനങ്ങളെ ഞാൻ ആവേശത്തോടും അസൂയയോടും കൂടെ വീക്ഷിച്ചു കൊണ്ടിരിക്കുന്നതും നിങ്ങൾ തിരുവിതാംകൂറിനോടുള്ള കടമകൾ നിർവ്വഹിക്കുന്നുണ്ടെന്നും തിരുവിതാംകൂറിൽനിന്ന് നിങ്ങൾ രക്ഷപ്പെട്ടുപോകുകയില്ലെന്ന് ഞാൻ ഉറപ്പുവരുത്തുന്നതുമാണ്" സർ സി പി യുടെ പ്രസംഗത്തിലെ അവസാന വാചകത്തിലെ വ്യംഗ്യം വായനക്കാർ ശ്രദ്ധിച്ചിരിക്കുമല്ലോ. സ പി പറഞ്ഞതുപോലെ തന്നെ പ്രവർത്തിച്ചു. ബാങ്കിനെ രക്ഷപ്പെടാൻ അദ്ദേഹം അനുവദിച്ചില്ല തിരുവിതാംകൂറിൽ നിന്നല്ലാ ഒരിടത്തുനിന്നും.

തിരുവിതാംകൂർ നാഷണൽ ആൻഡ് ക്വയിലോൺ ബാങ്ക്

അങ്ങനെ ക്വയിലോൺ ബാങ്കും തിരുവിതാംകൂർ നാഷണൽ ബാങ്കും സംയോജിപ്പിച്ച് തിരുവിതാംകൂർ നാഷണൽ ആൻഡ് ക്വയിലോൺ ബാങ്കായി മാറി. ബാങ്കിന്റെ രജിസ്റ്റർഡ് ഓഫീസ് കൊല്ലത്തും നിയന്ത്രണം മദ്രാസിലും ആയി ബാങ്ക് പ്രവർത്തനം ആരംഭിച്ചു. ലയനശേഷം ബാങ്ക് ആസ്തികളുടെ കാര്യത്തിൽ ഇന്ത്യയിലെ മൂന്നാമത്തെയും ആയിത്തീർന്നു. ഈ ബാങ്കിനെ വെല്ലാൻ അന്ന് ഇന്ത്യയിൽ രണ്ടു ബാങ്കുകൾ മാത്രമേ ഉണ്ടായിരുന്നുള്ളൂ. സ്റ്റേറ്റ് ബാങ്ക് ഓഫ് ഇന്ത്യയും സെൻട്രൽ ബാങ്കും. ജീവനക്കാരുടെ എണ്ണം 1500 ആയിരുന്നു. ബാങ്കിന്റെ സംവിധാനം ഇങ്ങനെയായിരുന്നു.

കെ സി മാമ്മൻ മാപ്പിള

കെ സി മാമ്മൻ മാപ്പിള (ചെയർമാൻ)
കെ സി ഈപ്പൻ (വൈസ് ചെയർമാൻ)
സി പി മാത്തൻ (മാനേജിങ് ഡയറക്ടർ)
കെ എം ഈപ്പൻ (ജോയിന്റ് മാനേജിങ് ഡയറക്ടർ)
കെ എസ് രാമാനുജം (ജനറൽ മാനേജർ)
കെ വി വറുഗീസ് (സെക്രട്ടറി)
വി എൻ നാരായണപിള്ള (ഡയറക്ടർ)

അണയാൻ പോകുന്ന ദീപം ആളിക്കത്തുന്നു

ലയനത്തോടെ ബാങ്കിന്റെ ശക്തി വർദ്ധിച്ചു. അതോടൊന്നിച്ച് നടത്തിപ്പുകാരുടെ ആത്മവിശ്വാസവും വർദ്ധിച്ചു. തുടർന്ന് ബാങ്കിന്റെ നയങ്ങളിൽ സാരമായ മാറ്റങ്ങൾ വരുത്തി. നിക്ഷേപത്തിന് 9 മുതൽ 12 ശതമാനം വരെ പലിശ കൊടുത്തിരുന്നു. എന്നാൽ അന്നത്തെ വലിയ ബാങ്കുകൾ 5 ശതമാനം പലിശയാണ് നിക്ഷേപത്തിന് നല്കിയിരുന്നത്. ഇപ്പോൾ തിരുവിതാംകൂർ നാഷണൽ ആന്റ് ക്വയിലോൺ ബാങ്ക് ഇന്ത്യയിലെ തന്നെ മൂന്നാമത്തെ ബാങ്ക് ആയിരിക്കുകയാണ്. അതുകൊണ്ട് ഇംപീരിയൽ ബാങ്കിനെയും സെൻട്രൽ ബാങ്കിനെയും പോലെ തന്നെ ട്രാവൻകൂർ നാഷണൽ ആന്റ് ക്വയിലോൺ ബാങ്കും പലിശ 5 ശതമാനമാക്കി കുറയ്ക്കാൻ തീരുമാനിച്ചു. ഇത് നിക്ഷേപകരിൽ വലിയ അതൃപ്തി ഉളവാക്കി. തുടർന്ന് നിക്ഷേപകർ ഒറ്റയായും കൂട്ടായും നിക്ഷേപങ്ങൾ പിൻവലിക്കാൻ തുടങ്ങി. ഇത് ബാങ്കിന്റെ അധഃപതനത്തിന് കാരണമായിത്തീർന്നു.

ലയനത്തെത്തുടർന്ന് പലിശ കുറയ്ക്കാൻ കൈക്കൊണ്ട തീരുമാനം ബാങ്കിനെ എങ്ങനെ ബാധിച്ചുവെന്ന് മാമ്മൻ മാപ്പിള അദ്ദേഹത്തിന്റെ ആത്മകഥയിൽ ഇപ്രകാരം രേഖപ്പെടുത്തിയിരിക്കുന്നു.

> സംയോജനത്തിനുശേഷം ബാങ്ക് ഒരു വലിയ ബാങ്കിന്റെ നിലയിലേക്ക് ഉയർന്നു എന്ന മട്ടായപ്പോൾ പലിശ നിരക്കിൽ വീണ്ടും സ്വല്പം കുറവ് വരുത്തി. ഏകദേശം നാലു കോടി രൂപയുടെ സംയുക്ത മൂലധനം ഉണ്ടായിരുന്ന നാഷണൽ ആൻഡ് ക്വയിലോൺ ബാങ്ക് പലിശ നിരക്കിൽ ഒരു ശതമാനം കുറവ് ചെയ്താൽത്തന്നെ 4 ലക്ഷം രൂപയോളം പ്രതിവർഷം ഈ ഇനത്തിൽ ലാഭം ഉണ്ടാകുന്നതാണല്ലോ. എങ്കിലും ഈ പരിഷ്കാരം സ്വാഭാവികമായി നിക്ഷേപകന്മാരുടെ ഇടയിൽ സാരമായ അസംതൃപ്തി ജനിപ്പിച്ചുവെന്നുള്ളതിന് സംശയമില്ല. അതിനെത്തുടർന്ന് പല നിക്ഷേപങ്ങളും പിൻവലിക്കുകയുണ്ടായി. ആദ്യം ചെറിയ നീർച്ചാലുകൾ പോലെ ആരംഭിച്ച ഈ പിൻവലിക്കൽ ക്രമേണ ശക്തിയും വ്യാപ്തിയും കൂടി വന്നു. ഏതു വലിയ ബാങ്കിനേയും സ്തംഭിക്കാൻ പര്യാപ്തമായ എതിർ പ്രവാഹത്തിന്റെ പ്രാരംഭമാണ് അത്. ഈ നിക്ഷേപം പിൻവലിക്കൽ പ്രസ്ഥാനം സർ സി പി യുടെ ദൃഷ്ടിയിൽ പെടത്തക്കവണ്ണം മുറുകിയപ്പോൾ ബാങ്കിനെ എങ്ങനെയെങ്കിലും തകർക്കാൻ തക്കം നോക്കിയിരുന്ന സർ സി പി മറ മാറ്റി മുന്നോട്ടിറങ്ങി വന്ന് ആ സന്ദർഭത്തെ ശരിക്കും ഉപയോഗിച്ചു. 'Run' എന്ന ഇംഗ്ലീഷിൽ പറയുന്ന ഈ നിക്ഷേപം പിൻവലിക്കലിന്റെ ചുഴലിയിൽപ്പെട്ടു നില്ക്കാൻ കരുത്തില്ലാതെ പല വൻകിട ബാങ്കുകളും ആടിപ്പോയിട്ടുള്ള സന്ദർഭങ്ങളിൽ ഇംപീരിയൽ ബാങ്ക് തുടങ്ങിയ ബ്രഹ്മാണ്ഡം ബാങ്കുകൾ ഉറപ്പു കൊടുത്താണ് അവയെ രക്ഷിച്ചിട്ടുള്ളത് എന്നതിന് അനേകം ഉദാഹരണങ്ങൾ പറയാനു

ണ്ട്. ബാങ്കുകളെ ബാധിക്കാറുള്ള ഒരു വലിയ പ്രകൃതിക്ഷോഭമാണ് ഈ 'Run' എന്നു പറയാം. തിരുവിതാംകൂർ ആന്റ് നാഷണൽ ബാങ്കിന്റെ വീഴ്ചയെപ്പറ്റി സവിസ്താരം വിവരിക്കുന്ന പക്ഷം അതുതന്നെ ഒരു വലിയ പുസ്തകം എഴുതാൻ ഉള്ള വകയുണ്ട്. അതു സംബന്ധിച്ച് മിക്ക വിവരങ്ങളും അക്കാലത്തെ പത്രങ്ങളിൽ പ്രസിദ്ധീകരിച്ചിട്ടുള്ളതുമാണ്."

നിവർത്തനം

ബാങ്കുകളുടെ ലയനത്തോടനുബന്ധിച്ച് നടന്ന ഉദ്യാന വിരുന്നിൽ സർ സി പി ചെയ്ത പ്രസംഗത്തിലേക്ക് വായനക്കാരുടെ ശ്രദ്ധ ഒരിക്കൽക്കൂടി ക്ഷണിക്കുകയാണ്. 'തിരുവിതാംകൂറിൽ നിന്ന് നിങ്ങൾ രക്ഷപ്പെട്ടു പോകുകയില്ലെന്ന് ഞാൻ ഉറപ്പു വരുത്തുന്നതാണ്.' എന്ന സി പിയുടെ പ്രസംഗത്തിലെ അവസാന വാചകം വായനക്കാർ ശ്രദ്ധിച്ചിരിക്കുമല്ലോ സി പി ക്ക് സി പി മാത്തനോടും കെ സി മാമ്മൻ മാപ്പിളയോടും ഒളിപ്പിച്ചു വച്ച വിരോധം ഉണ്ടായിരുന്നു. അതിനുള്ള കാരണം മനസ്സിലാക്കണമെങ്കിൽ അന്ന് തിരുവിതാംകൂറിൽ നടന്നുവന്നിരുന്ന നിവർത്തന പ്രക്ഷോഭചരിത്രം കൂടി മനസ്സിലാക്കണം. അതുകൊണ്ട് നിവർത്തന പ്രക്ഷോഭത്തിന്റെ ഒരു ലഘുവിവരണം താഴെ കൊടുക്കുന്നു.

ശ്രീചിത്തിര തിരുനാൾ ബാലരാമവർമ്മ തിരുവിതാംകൂർ ഭരണം കൈയേറ്റതോടെ ശ്രീമൂലം അസംബ്ലിയെന്നും ശ്രീ ചിത്തിര സ്റ്റേറ്റ് കൗൺസിൽ എന്നും പേരുള്ള രണ്ടു മണ്ഡലങ്ങളോടുകൂടിയ ഒരു പുതിയ അസംബ്ലി നിലവിൽ വന്നു. യഥാർത്ഥത്തിൽ ഈ സഭയ്ക്ക് യാതൊരു അധികാരവും ഇല്ലായിരുന്നു. കാരണം ഈ സഭയിൽ കൊണ്ടുവരുന്ന ഏതൊരു പ്രമേയവും 'വീറ്റോ' ചെയ്യാനുള്ള അധികാരം ദിവാനുണ്ടായിരുന്നു.

ഈ അസംബ്ലിയിലേക്ക് വോട്ട് ചെയ്യുന്നതിന് ഉള്ള കുറഞ്ഞ യോഗ്യത അഞ്ചു രൂപ കരം തീരുവയോ യൂണിവേഴ്സിറ്റി ബിരുദമോ പട്ടാളത്തിലുള്ള സേവനമോ ഇവയിൽ ഏതെങ്കിലും ഒന്നെങ്കിലും ഉണ്ടായിരിക്കണമെന്നതായിരുന്നു. അന്ന് ഈ യോഗ്യത ഉള്ളവരിൽ ബഹുഭൂരിപക്ഷവും നായർ സമുദായാംഗങ്ങൾ ആയിരുന്നു. അതുകൊണ്ട് ഇതര സമുദായത്തിൽപ്പെട്ടവർക്ക് ഒരു നായർ സ്ഥാനാർത്ഥിയോട് മത്സരിച്ച് ജയിക്കുക എന്നത് അസാദ്ധ്യമായിരുന്നു. ഈ സാഹചര്യത്തിൽ ക്രിസ്ത്യൻ-ഈഴവ-മുസ്ലീം സമുദായ നേതാക്കന്മാർ 1932 ഡിസംബർ 17-ാം തീയതി തിരുവനന്തപുരത്ത് എൽ എം എസ് ഹാളിൽ സമ്മേളിച്ച് സംയുക്ത രാഷ്ട്രീയ സമിതി എന്ന പേരിൽ ഒരു സംഘടന രൂപീകരിച്ചു. അവശ സമുദായങ്ങൾക്ക് നോമിനേഷനിൽ കൂടിയുള്ള പ്രാതിനിദ്ധ്യമല്ല ആവശ്യമെന്നും പൊതു തിരഞ്ഞെടുപ്പുകളിൽ ജനസംഖ്യാനുപതികമായി തങ്ങളുടെ പ്രതിനിധികളെ അസംബ്ലിയിലേക്ക് അയയ്ക്കാനുള്ള അവകാശമാണു വേണ്ടതെന്നും വാദിച്ചു.

അതിനിടയിൽ സർക്കാർ തിരഞ്ഞെടുപ്പ് പ്രഖ്യാപിച്ചു. നിലവിലിരിക്കുന്ന യോഗ്യതാ മാനദണ്ഡമനുസരിച്ച് തങ്ങളുടെ സ്ഥാനാർത്ഥികളെ വിജയിപ്പിച്ചെടുക്കുക പ്രയാസമാണെന്ന് മനസ്സിലാക്കിയ സംയുക്ത രാഷ്ട്രീയ സമിതിക്കാർ തിരഞ്ഞെടുപ്പ് ബഹിഷ്കരിക്കാൻ തീരുമാനിച്ചു. തിരഞ്ഞെടുപ്പ് ബഹിഷ്തരിച്ചു കൊണ്ടുള്ള സമരതന്ത്രത്തിന് സമരസമിതി നേതാക്കൾ കൊടുത്ത പേരാണ് നിവർത്തനം.

ബഹിഷ്കരണം എന്നാണ് ഈ വാക്കുകൊണ്ട് ഉദ്ദേശിച്ചിട്ടുള്ളത്. തിരഞ്ഞെടുപ്പ് ബഹിഷ്കരിക്കുക എന്നർത്ഥം. നിസ്സഹകരണം എന്ന വാക്കാണ് ആദ്യം പരിഗണിച്ചത്. എന്നാൽ ആ വാക്കിൽ ഒരു വലിയ അപകടം പതിയിരിക്കുന്നതായി നേതാക്കൾ മനസ്സിലാക്കി. മഹാത്മാഗാന്ധിയുടെ നേതൃത്വത്തിൽ ബ്രിട്ടീഷുകാർക്കെതിരായി നിസ്സഹകരണ സമരം കൊടുമ്പിരിക്കൊണ്ടുനില്ക്കുന്ന കാലമായിരുന്നു അത്. നിസ്സഹകരണ പ്രസ്ഥാനം എന്നു പേരിട്ടാൽ കൗശലക്കാരനായ സർ സി പി ബ്രിട്ടീഷ് അധികാരികളോട്, സംയുക്ത സമര സമിതിക്കാർ ബ്രിട്ടീഷ് സർക്കാരിന് എതിരാണെന്നും അതുകൊണ്ട് ഈ പ്രസ്ഥാനത്തെ മുളയിൽ വച്ചുതന്നെ നശിപ്പിക്കണമെന്നും ആലോചന പറഞ്ഞുകൊടുക്കുവാൻ സാദ്ധ്യതയുള്ളതായി നേതാക്കന്മാർ മുൻകൂട്ടി കണ്ടു. നിസ്സഹകരണം എന്ന വാക്കിന് പകരം നിവർത്തനം എന്ന പേര് നിർദ്ദേശിക്കപ്പെട്ടു. സംയുക്ത സമരസമിതിയുടെ നേതാവും ബഹുഭാഷ പണ്ഡിതനുമായ ഐ സി ചാക്കോയാണ് നിവർത്തനം എന്ന പേര് നിർദ്ദേശിച്ചത്.

1933 ജൂൺ മാസത്തിൽ അസംബ്ലിയിലേക്ക് തിരഞ്ഞെടുപ്പ് നടന്നു. സംയുക്ത രാഷ്ട്രീയ സമിതിക്കാർ തിരഞ്ഞെടുപ്പ് ബഹിഷ്കരിക്കാൻ തീരുമാനിക്കുന്നതിനു മുമ്പ് തന്നെ സമര സമിതിയിലെ ചിലർ മത്സരിക്കുന്നതിനുള്ള പത്രിക സമർപ്പിച്ചിരുന്നു. അതുകൊണ്ടാണ് തിരഞ്ഞെടുപ്പ് കഴിഞ്ഞ് ഫലം പ്രഖ്യാപിച്ചപ്പോൾ സംയുക്ത സമര സമിതിയുടെ 16 സ്ഥാനാർത്ഥികൾ വിജയിച്ചതായിക്കണ്ടത്. നായർ സമുദായത്തിന് 36 സീറ്റുകൾ ലഭിച്ചു.

തിരഞ്ഞെടുപ്പ് ഫലം ചില സത്യങ്ങൾ പുറത്തുകൊണ്ടുവന്നു. അതിൽ ഒന്ന് സംയുക്ത സമരസമിതിക്കാർ ചൂണ്ടിക്കാണിച്ച വസ്തുതകൾ എല്ലാം ശരിയായിരുന്നു എന്നുള്ളതാണ്. ഓരോ സമുദായത്തിനും കിട്ടിയ സീറ്റുകളുടെ എണ്ണവും അവരുടെ ജനസംഖ്യയും പരിശോധിച്ചാൽ ഈ വിവരം വ്യക്തമാകും. 16 ലക്ഷം ജനസംഖ്യയുള്ള ക്രിസ്ത്യാനികൾക്ക് 10 സീറ്റ് ലഭിച്ചു. 8.69 ലക്ഷം ജനസംഖ്യയുള്ള ഈഴവർക്ക് 3 സീറ്റ് ലഭിച്ചു. 3.53 ലക്ഷം ജനസംഖ്യയുള്ള മുസ്ലീങ്ങൾക്ക് 3 സീറ്റ് ലഭിച്ചു. 8.68 ലക്ഷം ജനസംഖ്യയുള്ള നായർ സമുദായത്തിന് 36 സീറ്റുകൾ ലഭിച്ചു. ജനസംഖ്യയും സീറ്റുകളുടെ എണ്ണവും തമ്മിലുള്ള അനുപാതത്തിലെ ഏറ്റക്കുറച്ചിലുകൾ കണക്കിലും വ്യക്തമാണല്ലോ.

എന്നാൽ ഗവൺമെന്റ് ജനങ്ങളുടെ ജനാധിപത്യ അവകാശങ്ങളെല്ലാം ചവുട്ടിമെതിച്ചുകൊണ്ട് മുമ്പോട്ട് പോയി. പൊതുയോഗങ്ങൾ

നിരോധിക്കപ്പെട്ടു. ആശയ പ്രചരണത്തിനുള്ള അവകാശങ്ങൾ തടയപ്പെട്ടു. സംയുക്ത സമിതിക്കാർ യോഗങ്ങൾ വിളിച്ചു ചേർക്കാൻ തുടങ്ങുന്നത് രഹസ്യ പൊലീസ് മണത്തറിയുകയും ഉടൻതന്നെ ബന്ധപ്പെട്ട ഡിസ്ട്രിക്ട് മജിസ്ട്രേറ്റ് നിരോധനാജ്ഞ പുറപ്പെടുവിക്കുകയും ചെയ്യും. ഇതായിരുന്നു സ്ഥിതി.

ജനസംഖ്യയിൽ മൂന്നാം സ്ഥാനത്തു നിന്നിരുന്ന നായർ സമുദായമാണ് സീറ്റുകളുടെ കാര്യത്തിൽ ഒന്നാം സ്ഥാനത്ത് വന്നത്. ഇതു തന്നെയാണ് സമര സമിതിക്കാർ ആദ്യം മുതൽ പറഞ്ഞിരുന്നത്.

തിരുവിതാംകൂർ അസംബ്ലി ശരിയായ രീതിയിൽ സ്ഥാപിക്കപ്പെട്ടതല്ലാത്തതിനാലും ജനസംഖ്യാനുപാതികമല്ലാത്തതിനാലും ഉടൻ തന്നെ പിരിച്ചുവിടണമെന്ന് സംയുക്ത രാഷ്ട്രീയ സമിതിക്കാർ ആവശ്യം ഉന്നയിച്ചു. ഇങ്ങനെ തിരുവിതാംകൂർ രാഷ്ട്രീയരംഗം കൊടുമ്പിരിക്കൊണ്ടിരിക്കുമ്പോഴാണ് ബ്രിട്ടീഷ് വൈസ്രോയി വെല്ലിങ്ടൺ പ്രഭു തിരുവിതാംകൂർ സന്ദർശനത്തിന് ഒരുങ്ങിയത്.

വെല്ലിങ്ടൺ പ്രഭുവിന്റെ തിരുവിതാംകൂർ സന്ദർശനം - സി പി മാത്തൻ ഇടപെട്ട് നിവർത്തന സമരം നടത്തി വയ്പിക്കുന്നു

വെല്ലിങ്ടൺ പ്രഭു മദ്രാസ് ഗവർണറായിരുന്ന കാലത്ത് സർ സി പി രാമസ്വാമി അയ്യർ മദ്രാസ് ഗവൺമെന്റിന്റെ അഡ്വക്കേറ്റ് ജനറലായിരുന്നു. അന്ന് മദ്രാസ് ബാറിലെ ഏറ്റവും പ്രഗത്ഭനായ അഭിഭാഷകനായി അറിയപ്പെട്ടിരുന്നത് സർ, സി പി യാണ്. ഇന്ത്യയിൽ ഏറ്റവും കൂടുതൽ പ്രതിഫലം വാങ്ങുന്ന അഭിഭാഷകരിൽ ഒരാളുമായിരുന്നു സി പി. പ്രസിദ്ധമായ വട്ടിപ്പണക്കേസ് വാദിക്കുന്നതിനുവേണ്ടി സി പി തിരുവിതാംകൂർ, കൊച്ചി കോടതികളിൽ ഹാജരായിട്ടുണ്ട്. ശ്രീമൂലം തിരുനാൾ രാജാവിന്റെ കാലത്ത് വിവാദമായ ആഷെ* കൊലപാതകക്കേസ് വാദിക്കുന്നതിനുവേണ്ടി അദ്ദേഹം തിരുവനന്തപുരത്തു വന്നിട്ടുണ്ട്. അന്നുതൊട്ട് അദ്ദേഹത്തിന് തിരുവിതാംകൂർ രാജകുടുംബാംഗങ്ങളുമായി നല്ല ബന്ധമാണുണ്ടായിരുന്നത്. ഇന്ത്യയിലെ തന്നെ പല നാട്ടുരാജാക്കന്മാരുടെയും കേസുകൾ വാദിച്ചിരുന്നത് സി പി യാണ്. ആർക്കോട്ട്, ബിക്കാനിർ, ഹൈദ്രബാദ്, പാട്യാല

---

* ബ്രിട്ടന്റെ അടിമത്തത്തിൽനിന്നും ഇന്ത്യയെ സ്വതന്ത്രമാക്കുന്നതിനുവേണ്ടി ചെങ്കോട്ട കേന്ദ്രമാക്കി ഭാരത് മാത അസോസിയേഷൻ എന്ന ഒരു വിപ്ലവ സംഘടന പ്രവർത്തിച്ചിരുന്നു. അനേകം യുവാക്കൾ ഈ സംഘടനയിലേക്ക് ആകൃഷ്ടരായി. അക്കൂട്ടത്തിൽ പുനലൂർ ഫോറസ്റ്റ് ഡിവിഷനിലെ ഒരു ഉദ്യോഗസ്ഥനായ വാഞ്ചി അയ്യർ എന്ന യുവാവും ഉണ്ടായിരുന്നു. തിരുനൽവേലി കളക്ടറും ബ്രിട്ടീഷുകാരനുമായ മിസ്റ്റർ ആഷിനെ 1911 ജൂൺ 17-ാം തീയതി വാഞ്ചി അയ്യർ വധിച്ചു. തുടർന്ന് അദ്ദേഹം സ്വയം വെടിവെച്ച് മരിച്ചു. പുനലൂർ തിരുവിതാംകൂറിന്റെ ഭാഗമായതുകൊണ്ട് ഈ കൊലപാതകത്തിന് തിരുവിതാംകൂർ സർക്കാർ ബ്രിട്ടീഷ് ഗവൺമെന്റിനോട് സമാധാനം പറയേണ്ടി വന്നു. ഇതിനുവേണ്ടിയാണ് സർ സി പി തിരുവിതാംകൂറിൽ കോടതിയിൽ ഹാജരായത്.

തുടങ്ങിയ നാട്ടുരാജ്യങ്ങളിലെ രാജാക്കന്മാരെല്ലാവരും സി പി യുടെ സ്ഥിരം കക്ഷികളായിരുന്നു. സി പിയുടെ അസാമാന്യമായ ബുദ്ധിശക്തിയും നിയമപാണ്ഡിത്യവും മനസ്സിലാക്കിയ മദ്രാസ് ചീഫ് ജസ്റ്റിസ് അദ്ദേഹത്തിന് മദ്രാസ് ഹൈക്കോടതിയുടെ ജഡ്ജിപദം വാഗ്ദാനം ചെയ്തു. ഈ വാഗ്ദാനം നിരാകരിച്ചുകൊണ്ട് സി പി ചീഫ് ജസ്റ്റിസിന് കൊടുത്ത മറുപടി രസകരവും എന്നാൽ നീതിന്യായ സംവിധാനത്തിന്റെ അന്തസ്സാര ശൂന്യത വെളിവാക്കുന്നതുമാണ്. ഇതായിരുന്നു സി പിയുടെ മറുപടി "ബഹുമാന്യനായ ചീഫ് ജസ്റ്റിസ്, ദിവസം മുഴുവൻ വിവരക്കേട് കേട്ടു കൊണ്ടിരിക്കുന്നതിനേക്കാൾ ഞാൻ ഇഷ്ടപ്പെടുന്നത് ദിവസത്തിൽ കുറച്ചു മണിക്കൂറുകൾ മാത്രം വിവരക്കേട് പറയാനാണ്."

ചിത്തിര തിരുനാളിന്റെ ലീഗൽ അഡ്വൈസറായി സർ സി പി, നിയമിതനായത് ക്രൈസ്തവ മെത്രാന്മാരും പ്രമാണിമാരും ഉൽക്കണ്ഠയോടെയാണ് വീക്ഷിച്ചത്. എങ്കിലും അവർ നീരസം പുറത്തു കാണിച്ചില്ല. സി പി യെ അനുനയിപ്പിച്ചു കൊണ്ടു പോവുക എന്ന നയമാണ് കൈക്കൊണ്ടത്. എന്നാൽ പ്രൈമറി വിദ്യാഭ്യാസം ദേശവല്ക്കരിക്കാനുള്ള സി പിയുടെ തീരുമാനം പുറത്തു വന്നതോടെ മെത്രാന്മാരുടെ രോഷം അണ പൊട്ടിയൊഴുകി അവർ സംഘടിതരായി സി പിക്ക് എതിരായി നീങ്ങി.

സി പി യെപ്പറ്റി മെത്രാന്മാർ മോശമായി എന്തെല്ലാം പറഞ്ഞാലും മെത്രാന്മാരെപ്പറ്റി സി പിയുടെ അഭിപ്രായം അത്ര മോശമായിരുന്നില്ല. മെത്രാന്മാരുടെ പാണ്ഡിത്യം-പ്രത്യേകിച്ചും സംസ്കൃത ഭാഷാ പാണ്ഡിത്യം സി പിയെ അത്ഭുതപ്പെടുത്തിക്കളഞ്ഞു. അദ്ദേഹം അത് പല വേദികളിലും പരസ്യമായിത്തന്നെ പറഞ്ഞിട്ടുണ്ട്. ഒരിക്കൽ പണ്ഡിത പരിഷത്തിന്റെ ഒരു യോഗം തിരുവനന്തപുരത്ത് ഉദ്ഘാടനം ചെയ്തുകൊണ്ട് സി പി ഇങ്ങനെ പറഞ്ഞു:-

"തിരുവിതാംകൂർ ഹൈക്കോർട്ടിൽ ഏറക്കുറെ പ്രക്ഷുബ്ധമായ ഒരു ക്രിസ്ത്യൻ കേസ് നടത്തുന്ന സമയത്താണ് നിങ്ങളുടെ കോടതിഭാഷയുമായി ഞാൻ യാദൃച്ഛികമായി പരിചയപ്പെടുന്നത്. അവകാശങ്ങളെയും കടമകളെയും സംബന്ധിച്ച് അന്ത്യോക്യാപാത്രിയർക്കീസും അദ്ദേഹത്തിന്റെ അനുയായികളും തമ്മിലുള്ള ഏറ്റുമുട്ടലായിരുന്നു ആ കേസിന് ആധാരം. ഒരു സത്യവാങ്മൂലത്തിന് പുറകേ മറ്റൊരു സത്യവാങ്മൂലം ഞാൻ വായിച്ചുകൊണ്ടിരുന്നു. കത്തനാരന്മാരും മെത്രാപ്പൊലീത്തമാരും കാതോലിക്കായും തെളിവുകൾ ഹാജരാക്കിക്കൊണ്ടിരുന്നു. അവർ പറഞ്ഞതിന്റെ മുക്കാൽ പങ്കും ശുദ്ധവും കലർപ്പില്ലാത്തതുമായ സംസ്കൃതം - ലളിതമായ സംസ്കൃതമല്ല- എന്റെ സ്നേഹിതൻ ഉള്ളൂർ എസ് പരമേശ്വരയ്യരെപ്പോലുള്ള പണ്ഡിതന്മാർക്ക് മാത്രം വശമുള്ള കാവ്യാത്മകതമായ സംസ്കൃതമാണ്."

കേരള ക്രൈസ്തവർ അവകാശപ്പെടുന്ന ബ്രാഹ്മണ പൈതൃകം ശരിവയ്ക്കുന്നതാണ് മെത്രാന്മാരുടെ സംസ്കൃത പാണ്ഡിത്യം എന്നാണ് സർ സി പി അഭിപ്രായപ്പെട്ടിരിക്കുന്നത്.

ശ്രീമൂലം തിരുനാളിന്റെ കാലം തൊട്ട് രാജകുടുംബവുമായി ബന്ധപ്പെട്ടിരുന്ന സി പി ക്ക് തിരുവിതാംകൂർ ദിവാൻ പദത്തിൽ അന്നേ നോട്ടമുണ്ടായിരുന്നു. അദ്ദേഹം പണത്തേക്കാൾ അധികം അധികാരത്തെ സ്നേഹിച്ചിരുന്നു. ശ്രീമൂലം തിരുനാൾ നാടുനീങ്ങിയപ്പോൾ അനന്തരാവകാശി ചിത്തിര തിരുനാൾ ബാലരാമവർമ്മയായിരുന്നു. എന്നാൽ ബാലരാമവർമ്മ അന്ന് കേവലം ബാലനായിരുന്നു. അന്നത്തെ ബ്രിട്ടീഷ് നിയമമനുസരിച്ച് 21 വയസ്സ് പൂർത്തിയായാൽ മാത്രമെ രാജപദവിക്ക് അർഹത നേടുകയുള്ളൂ. അതുകൊണ്ട് ബാലനായ ബാലരാമവർമ്മയ്ക്കുവേണ്ടി അദ്ദേഹത്തിന്റെ അമ്മയുടെ മൂത്ത സഹോദരി സേതുലക്ഷ്മിബായി റീജന്റായി ഭരണം ഏറ്റു. ബാലരാമവർമ്മയ്ക്ക് 21 വയസ്സാകാൻ 1933 വരെ കാത്തിരിക്കണം. അതിനുള്ള ക്ഷമ രാജമാതാവിനോ സർ സി പിക്കോ ഇല്ലായിരുന്നു. സർ സി പി ക്ക് വെല്ലിങ്ടൺ പ്രഭുവിൽ ഗണ്യമായ സ്വാധീനം ഉണ്ടായിരുന്നു. ഈ സ്വാധീനം ഉപയോഗിച്ച് തിരുവിതാംകൂറിലെ റീജൻസി ഭരണം അവസാനിപ്പിച്ച് അധികാരത്തിൽ കയറാൻ പല നീക്കങ്ങളും രാജമാതാവും (ജൂനിയർ മഹാറാണി) സർ സി പി യും നടത്തിക്കൊണ്ടിരുന്നു. അവസാനം വെല്ലിങ്ടൺ പ്രഭുവിന്റെ സഹായത്തോടെ 19 വയസ്സ് മാത്രം പ്രായമുള്ള ചിത്തിര തിരുനാളിനെ രാജാവാക്കി വാഴിക്കാനുള്ള തീരുമാനം ബ്രിട്ടീഷ് ഗവൺമെന്റിനെക്കൊണ്ട് എടുപ്പിക്കാൻ സർ സി പി ക്കു കഴിഞ്ഞു.

1931 ൽ ചിത്തിര തിരുനാൾ തിരുവിതാംകൂർ രാജാവായി ഭരണം ഏറ്റു. ഭരണം ഏറ്റെടുത്തുകൊണ്ട് അദ്ദേഹം ചെയ്ത പ്രസംഗത്തിൽ സർ സി പി രാമസ്വാമി അയ്യരെ തന്റെ നിയമോപദേഷ്ടാവായി നിയമിച്ചിരിക്കുന്ന വിവരം ജനങ്ങളെ അറിയിച്ചു. ഇത് സർ സി പി യുടെ തിരുവിതാംകൂർ ദിവാൻ പദവിയിലേക്കുള്ള ആദ്യ പടിയായിരുന്നു.

എന്നാൽ ചിത്തിര തിരുനാളിന്റെ സിംഹാസനാരോഹണച്ചടങ്ങിൽ പങ്കെടുക്കാൻ ആഗ്രഹമുണ്ടായിരുന്നെങ്കിലും ജോലിത്തിരക്കുമൂലം വെല്ലിങ്ടൺ പ്രഭുവിന് കഴിഞ്ഞില്ല. ഇതിൽ രാജകുടുംബാംഗങ്ങൾക്കും സർ സി പി ക്കും വലിയ ഇച്ഛാഭംഗം ഉണ്ടായിരുന്നു.

ഇങ്ങനെയിരിക്കുമ്പോഴാണ് തിരുവിതാംകൂർ അസംബ്ലിയുടെ പുതിയ മന്ദിരത്തിന്റെയും തിരുവനന്തപുരം വാട്ടർ വർക്ക്സിന്റെയും (പിന്നീട്, വെല്ലിങ്ടൺ വാട്ടർ വർക്സ്) നിർമ്മാണം പൂർത്തിയായത്. ഇതിന്റെ ഉദ്ഘാടനം നിർവ്വഹിക്കാൻ വെല്ലിങ്ടൺ പ്രഭുവിനെ ക്ഷണിക്കാൻ

ശ്രീ ചിത്തിര തിരുനാൾ ബാലരാമവർമ്മ

രാജാവും സർ സി പി യും തീരുമാനിച്ചു. വെല്ലിങ്ടൺ പ്രഭുവിന്റെ തിരുവിതാംകൂർ സന്ദർശനം ഒരു മഹാസംഭവമാക്കിത്തീർക്കണമെന്ന് സർ സി പിക്ക് വലിയ വാശിയുണ്ടായിരുന്നു. സർ സി പി തിരുവിതാംകൂർ രാജാവിന്റെ നിയമോപദേഷ്ടാവായി ചാർജ് എടുത്തതിനുശേഷം തിരുവിതാംകൂർ എല്ലാം മേഖലയിലും പുരോഗതി പ്രാപിച്ചുകൊണ്ടിരിക്കുകയാണെന്നും ജനങ്ങൾ എല്ലാം രാജാവിന്റെയും തന്റേയും ഭരണത്തിൻ കീഴിൽ അങ്ങേയറ്റം സന്തുഷ്ടരാണെന്നും പ്രഭുവിനെ ബോദ്ധ്യപ്പെടുത്തേണ്ടത് സർ സി പി യുടെ ആവശ്യമായിരുന്നു. അതിന് തടസ്സം നിന്നിരുന്നത് തിരുവിതാംകൂർ അന്ന് കൊടുമ്പിരിക്കൊണ്ടിരുന്ന നിവർത്തന സമരമാണ്. വെല്ലിങ്ടൺ പ്രഭുവിന്റെ സന്ദർശന സമയത്ത് താല്ക്കാലികമായിട്ടെങ്കിലും സമരം നിർത്തിവയ്പിക്കാൻ കഴിയുമോയെന്ന് സി പി തലപുകഞ്ഞാലോചിച്ചു.

തന്റെ അടുത്ത സ്നേഹിതനും തിരുവനന്തപുരം ബാറിലെ പ്രമുഖ അഭിഭാഷകനുമായ ഈ ജോൺ ഫിലിപ്പോസും സി പി മാത്തനും നിവർത്തന നേതാക്കളുടെ അടുത്ത സ്നേഹിതന്മാരാണ്. ഇവരുടെ മദ്ധ്യസ്ഥതയിൽ സമരം താല്ക്കാലികമായി നിർത്തിവയ്പിക്കാൻ കഴിയുമോയെന്ന് സി പി ആരാഞ്ഞു. ഈ കാര്യത്തിനുവേണ്ടി ഈ ജോൺ ഫിലിപ്പോസിനെയും സി പി മാത്തനെയും സി പി തന്റെ ഓഫീസിൽ വിളിച്ചുവരുത്തി. തന്റെ ആവശ്യങ്ങൾ സി പി ഇവരെ ധരിപ്പിച്ചു. ഇതിന് മറുപടിയായി സി പി മാത്തൻ, താൻ ഒരു രാഷ്ട്രീയക്കാരനല്ലെന്നും നിവർത്തന പ്രക്ഷോഭവുമായി തനിക്ക് യാതൊരു ബന്ധവുമില്ലെന്നും എന്നാൽ നിവർത്തന നേതാക്കളിൽ പലരും തന്റെ സ്നേഹിതന്മാരാണെന്നും അവരോട് സർ സി പിയുടെ ആവശ്യങ്ങൾ അറിയിക്കാമെന്നും വാക്കുകൊടുത്തു. അതനുസരിച്ച് സി പി മാത്തൻ, നിവർത്തന നേതാക്കളായ കെ സി മാമ്മൻ മാപ്പിള, സി കേശവൻ, ടി എം വർഗ്ഗീസ്, പി കെ കുഞ്ഞ് മുതലായവരോട് സംസാരിച്ചു നീണ്ടുനിന്ന കൂടിയാലോചനകൾക്കു ശേഷം നിവർത്തന സമരം താല്ക്കാലികമായി നിർത്തിവെക്കാമെന്ന് അവർ സമ്മതിച്ചു. അതിനു പകരമായി വെല്ലിങ്ടൺ പ്രഭുവിന്റെ സന്ദർശനം കഴിഞ്ഞാലുടനെ തങ്ങളുടെ ആവശ്യമായ ജനസംഖ്യാനുപാതികമായ അസംബ്ലി പ്രാതിനിദ്ധ്യവും സർക്കാർ ജോലി എല്ലാ സമുദായക്കാർക്കുമായി തുറന്നിടുക എന്ന ആവശ്യവും അംഗീകരിക്കാമെന്ന് ഉറപ്പു നല്കണമെന്നും ആവശ്യപ്പെട്ടു. മാത്തൻ ഈ കാര്യങ്ങളെല്ലാം സി പിയെ ധരിപ്പിച്ചു. സി പി എല്ലാം അംഗീകരിച്ചതായി മാത്തനു വാക്കു കൊടുത്തു. എന്നാൽ ആവലാതികൾ പരിഹരിക്കുന്നതിന് മഹാരാജാവിനെ അല്ലാതെ ബ്രിട്ടീഷ് ഗവൺമെന്റിനെ സമീപിക്കരുതെന്നും സി പി ഓർമ്മിപ്പിച്ചു. മാത്തൻ ഈ വിവരം സമര നേതാക്കളെ അറിയിച്ചു. സി പി മാത്തന്റെ ഉറപ്പിന്മേൽ നിവർത്തന സമരം താല്ക്കാലികമായി അവസാനിപ്പിച്ചതായി നേതാക്കൾ അറിയിച്ചു.

വെല്ലിങ്ടൺ പ്രഭുവിന്റെ തിരുവിതാംകൂർ സന്ദർശനം നാട്ടിൽ ഉത്സവ പ്രതീതി

വെല്ലിങ്ടൺ പ്രഭുവിന്റെ തിരുവിതാംകൂർ സന്ദർശനം വലിയ ആഘോഷമായി സി പി കൊണ്ടാടി. സമരം ഒഴിഞ്ഞ തിരുവിതാംകൂറിൽ വെല്ലിങ്ടൺ പ്രഭുവിന്റെ സന്ദർശനം ശാന്തമായി കഴിഞ്ഞുപോയി. തിരുവിതാംകൂർ ഭരണത്തെപ്പറ്റിയും രാജാവിനെപ്പറ്റിയും സർ സി പി യെപ്പറ്റിയും വെല്ലിങ്ടൺ പ്രഭുവിന് അങ്ങേയറ്റത്തെ മതിപ്പ് തോന്നി.

വെല്ലിങ്ടൺ പ്രഭുവിന്റെ സന്ദർശനം കഴിഞ്ഞയുടനെ സമര നേതാക്കൾ സി പി മാത്തനെ സമീപിച്ച് ആവശ്യങ്ങൾ ഉടൻതന്നെ അംഗീകരിപ്പിക്കണമെന്ന് ആവശ്യപ്പെട്ടു. സി പി മാത്തൻ, സർ സി പി യെച്ചെന്ന് കണ്ട് ആവശ്യങ്ങൾ ഉടൻ അനുവദിച്ചു തരണമെന്ന് ആവശ്യപ്പെട്ടു. എന്നാൽ സി പി ഒഴിഞ്ഞു മാറുകയാണുണ്ടായത്. ആവശ്യങ്ങൾ അംഗീകരിച്ചു കിട്ടാത്തതിൽ അണികൾ അമർഷം പൂണ്ടു. നേതാക്കന്മാർക്ക് അണികളെ അഭിമുഖീകരിക്കാൻ കഴിയാതെയായി. നേതാക്കന്മാർ വീണ്ടും സി പി മാത്തനെക്കണ്ടു. മാത്തൻ വീണ്ടും ഇ ജോൺ ഫിലിപ്പോസിനോട് ഒന്നിച്ച് സി പിയെക്കണ്ടു രാജാവിനെക്കൊണ്ട് എത്രയും വേഗം ഉത്തരവ് ഇറക്കിക്കണമെന്ന് ആവശ്യപ്പെട്ടു. എന്നാൽ സി പി കൈമലർത്തുകയാണുണ്ടായത്.

സർ സി പി യുടെ മലക്കം മറിച്ചിൽ നിവർത്തന നേതാക്കളിലും സി പി മാത്തനിലും ഒരുപോലെ പരിഭ്രമമുളവാക്കി. വിമർശനങ്ങളുടെ കുന്തമുന സി പി മാത്തന്റെ നേർക്ക് തിരിഞ്ഞു. തന്റെ ഉറപ്പിന്മേലാണല്ലോ സമരം നിർത്തിവെച്ചത്. താൻ കാരണമാണല്ലോ സമരം പരാജയപ്പെട്ടത് എന്ന ചിന്ത മാത്തനെ അലട്ടി.

തന്റെ നിരപരാധിത്വവും സി പി യുടെ വാക്കുമാറ്റലും ജനങ്ങളെ അറിയിക്കാതെ മാത്തന് ഇനി ഒരടി മുന്നോട്ടു പോകാൻ കഴിയുകയില്ലാ എന്ന നിലയിലായി കാര്യങ്ങൾ. കാര്യങ്ങളുടെ നിജസ്ഥിതി എല്ലാവരെയും ബോദ്ധ്യപ്പെടുത്താൻ ഒരു പരസ്യ പ്രസ്താവന നടത്താൻ മാത്തൻ നിർബ്ബന്ധിതനായി. ഈ പ്രസ്താവനയിൽ സർ സി പി യുടെ വാഗ്ദാനലംഘനവും മലക്കം മറിച്ചിലും എല്ലാം മാത്തൻ വിശദമാക്കി.

അന്ന് തിരുവിതാംകൂറിൽ സർ സി പി ക്ക് എതിരായി ഒരു വാക്ക് ഉരിയാടാൻ ആരും ധൈര്യപ്പെട്ടിരുന്നില്ല. അപ്പോഴാണ് സി പി മാത്തൻ, സി പിക്ക് എതിരായി പരസ്യ പ്രസ്താവനയുമായി വരുന്നത്. ധിക്കാരിയായ മാത്തനെ ഒരു പാഠം പഠിപ്പിക്കണമെന്ന് അന്ന് സി പി മനസ്സിൽ കുറിച്ചിട്ടതാണ്. അദ്ദേഹം അതിനുള്ള അവസരം പാർത്തു കഴിയുകയായിരുന്നു. (സി പി മാത്തന്റെ പരസ്യ പ്രസ്താവന അനുബന്ധത്തിൽ ചേർത്തിരിക്കുന്നു)

ഇതാണ് സർ സി പി ക്ക്, സി പി മാത്തനോട് വിദ്വേഷം ഉണ്ടാകുവാൻ ഉള്ള ആദ്യത്തെ കാരണം. അടുത്തത് ഉത്തരവാദ പ്രക്ഷോഭവുമായി ബന്ധപ്പെട്ടതാണ്.

ഉത്തരവാദ പ്രക്ഷോഭം

സർ സി പി രാമസ്വാമി അയ്യർക്ക് സി പി മാത്തനോട് വിരോധം ഉണ്ടാകുവാനുള്ള രണ്ടാമത്തെ കാരണം അടുത്തതായി ചർച്ച ചെയ്യാം. 1935 മെയ്മാസം 11-ാം തീയതി കോഴഞ്ചേരി മണൽത്തിട്ടയിലെ മാത്യൂസ് നഗറിൽ വച്ച് അഖില കേരള ക്രൈസ്തവ സഭയുടെ ആഭിമുഖ്യത്തിൽ മൂന്നു ദിവസം നീണ്ടുനിന്ന ഒരു സമ്മേളനം നടത്തപ്പെട്ടു. മൂന്നാം ദിവസത്തെ യോഗത്തിന്റെ അദ്ധ്യക്ഷൻ സി കേശവനായിരുന്നു. അദ്ദേഹം നടത്തിയ പ്രസംഗം അത്യന്തം വികാരോജ്ജ്വലമായിരുന്നു. പ്രസംഗത്തിൽ ഉടനീളം സർ സി പി യെ അധിക്ഷേപ വാക്കുകൾകൊണ്ട് മൂടി. ഇതു പോലൊരു ദിവാനെ തിരുവിതാംകൂറിന് ആവശ്യമില്ലെന്നും ദിവാനെ തിരുവിതാംകൂറിൽ നിന്നും കെട്ടുകെട്ടിക്കണമെന്നും കേശവൻ ഗർജ്ജിച്ചു. സി കേശവന്റെ പ്രസംഗത്തിൽ രാജദ്രോഹം ആരോപിച്ചുകൊണ്ട് അദ്ദേഹത്തെ അറസ്റ്റ് ചെയ്തു. തുടർന്ന് നടന്ന വിചാരണയിൽ രാജദ്രോഹക്കുറ്റം സ്ഥിരീകരിക്കുകയും 2 വർഷത്തെ തടവും 500 രൂപ പിഴയും വിധിക്കുകയും ചെയ്തു. ശിക്ഷാകാലാവധി തീരുന്നതിന് മുമ്പായി മഹാരാജാവിന്റെ സഹോദരിയുടെ ജന്മദിനം പ്രമാണിച്ച് ഒരു സൗമനസ്യം എന്ന നിലയിൽ സി കേശവനെ "വിലങ്ങ് വെട്ടി" മോചിപ്പിച്ചു. ജയിൽ മോചിതനായ സി കേശവന് നാടുനീളെ സ്വീകരണങ്ങൾ ഏർപ്പെടുത്തി. അതിൽ ഒന്ന് ആലപ്പുഴ കിടങ്ങാംപറമ്പിൽ വച്ച് നല്കിയ സ്വീകരണമാണ്. ആ യോഗത്തിന്റെ അദ്ധ്യക്ഷൻ കെ സി മാമ്മൻ മാപ്പിളയും സ്വാഗത പ്രസംഗകൻ ടി എം വർഗീസുമായിരുന്നു.

പ്രസംഗ മദ്ധ്യേ ടി എം വർഗീസ് ഇങ്ങനെ പറഞ്ഞു. തിരുവിതാംകൂറിലെ 51 ലക്ഷം ജനങ്ങൾക്കു വേണ്ടിയും ഞാൻ സി കേശവന് സ്വാഗതം പറയുന്നു. ഇതിൽ രാജദ്രോഹം അടങ്ങിയിട്ടുണ്ടെന്നായിരുന്നു തിരുവിതാംകൂർ ദിവാന്റെ വാദം. 51 ലക്ഷം ജനങ്ങൾക്കുവേണ്ടി സ്വാഗതം പറയാൻ ടി എം വർഗീസ് ആരാണ്? രാജ്യവും ജനങ്ങളും രാജാവിന്റേത് ആയിരിക്കെ വർഗീസ് നടത്തിയ പ്രസംഗം നിരുത്തരവാദപരമാണ്. പ്രസംഗം നടത്തുമ്പോൾ ടി എം വർഗീസ് ശ്രീമൂലം അസംബ്ലിയുടെ ഡെപ്യൂട്ടി പ്രസിഡന്റാണ്. ഇതേത്തുടർന്ന് ശ്രീമൂലം അസംബ്ലിയിൽ ടി എം വർഗീസിനെതിരായി ഒരു അവിശ്വാസ പ്രമേയം കൊണ്ടുവന്നു. അവിശ്വാസ പ്രമേയം 24 ന് എതിരെ 42 വോട്ടുകൾക്ക് പാസായി. അങ്ങനെ ടി എം വർഗീസിന് ഡെപ്യൂട്ടി പ്രസിഡന്റ് സ്ഥാനം നഷ്ടപ്പെട്ടു.

ടി എം വർഗീസ്

ഡെപ്യൂട്ടി പ്രസിഡന്റ് സ്ഥാനം നഷ്ട

പ്പെട്ട നിവർത്തന കക്ഷി നേതാക്കൾ അടുത്തപടി എന്താണെന്ന് കൂടി ആലോചിച്ചു. തിരുവിതാംകൂർ ദിവാന്റെ അനിയന്ത്രിതമായ അധികാരത്തെ ഇല്ലാതാക്കിയാൽ മാത്രമേ തങ്ങൾക്ക് തിരുവിതാംകൂർ രാഷ്ട്രീയത്തിൽ നിലയും വിലയും ഉണ്ടാകുകയുള്ളൂ എന്ന് അവർ മനസ്സിലാക്കി. ദിവാൻ പദവി തന്നെ ഇല്ലാതാക്കി ആ സ്ഥാനത്ത് ജനങ്ങളാൽ തിരഞ്ഞെടുക്കപ്പെട്ട പ്രതിനിധികളിൽ നിന്നും രൂപീകരിക്കപ്പെടുന്ന മന്ത്രിസഭ നിലവിൽ വരണമെന്നും രാജാവിന്റെ ഉത്തരവാദിത്വം ഈ മന്ത്രിസഭയോട് ആയിരിക്കണമെന്നും ഒരു തീരുമാനം നിവർത്തന നേതാക്കന്മാർ കൈക്കൊണ്ടു. 1932 ഫെബ്രുവരി 2 ന് ടി എം വർഗീസ് നിയമസഭയിൽ ഉത്തരവാദ ഭരണ പ്രമേയം അവതരിപ്പിച്ചു.

തുടർന്ന് നിവർത്തന കക്ഷി നേതാക്കൾ തങ്ങളുടെ സംഘടനയായ സംയുക്ത രാഷ്ട്രീയ സമിതി പിരിച്ചുവിടാനും പകരം തിരുവിതാംകൂർ രാഷ്ട്രീയ കോൺഗ്രസ് എന്ന പുതിയ സംഘടനയിൽ ചേർന്ന് പ്രവർത്തിക്കാനും തീരുമാനിച്ചു.

തിരുവിതാംകൂർ രാഷ്ട്രീയ കോൺഗ്രസ് (ട്രാവൻകൂർ സ്റ്റേറ്റ് കോൺഗ്രസ്)

നാട്ടുരാജ്യങ്ങളിൽ ഇന്ത്യൻ നാഷണൽ കോൺഗ്രസിന്റെ ശാഖകൾ സ്ഥാപിക്കുന്നതിനെ മഹാത്മാഗാന്ധിയും കോൺഗ്രസും എതിർത്തിരുന്നു. എന്നാൽ കോൺഗ്രസിന്റെ ഹരപുര സമ്മേളനത്തിൽ കോൺഗ്രസിന്റെ ഈ തീരുമാനം ഭേദഗതി ചെയ്തു.

തിരുവനന്തപുരം ബാറിലെ പ്രമുഖ അഭിഭാഷകനായ എ നാരായണപിള്ള തന്റെ ഓഫീസ് മുറിയായി ഉപയോഗിച്ചിരുന്നത് പുളിമൂട് കവലയിലുള്ള രാഷ്ട്രീയ ഹോട്ടലിന്റെ മുകളിലത്തെ ഒരു കുടുസ്സുമുറിയായിരുന്നു. അവിടെയാണ് തിരുവിതാംകൂർ സ്റ്റേറ്റ് കോൺഗ്രസിന്റെ ആദ്യയോഗം ചേർന്നത്. അന്നത്തെ യോഗത്തിൽ പങ്കെടുത്തവരുടെ എണ്ണം പത്തിൽ താഴെയായിരുന്നു. സി വി കുഞ്ഞുരാമൻ (കേരള കൗമുദി സ്ഥാപകൻ) ആണ് യോഗത്തിൽ അദ്ധ്യക്ഷം വഹിച്ചത്. യോഗത്തിൽ സംബന്ധിച്ചിരുന്നവർ പട്ടം താണുപിള്ള, മിസ്സ് മസ്ക്രീൻ, ടി എം വറുഗീസ് തുടങ്ങിയവരായിരുന്നു. തിരുവിതാംകൂറിൽ ഉത്തരവാദഭരണം കൊണ്ടുവരുന്നതിന് വേണ്ടിയാണ് ഈ സംഘടന രൂപീകൃതമായത്. അതായത് മഹാരാജാവിന്റെ പരമാധികാരത്തിൽ കീഴിൽ ജനങ്ങളാൽ തിരഞ്ഞെടുക്കപ്പെടുന്ന പ്രതിനിധികളിൽനിന്നും രൂപീകരിക്കുന്ന മന്ത്രിസഭയോടുകൂടിയ ഒരു ഭരണ സംവിധാനം. രാജാവിന്റെ ഉത്തരവാദിത്വം മന്ത്രിസഭയോട് ആണ്. ദിവാൻ പദവി ആവശ്യമില്ല. രാജാവിനും ജനങ്ങൾക്കും ഇടയിൽ ദിവൻ പദവി വേണ്ട. അതിനുശേഷം സംഘടനയ്ക്ക് ഒരു ഭരണഘടന എഴുതി തയ്യാറാക്കാൻ ശ്രീ പട്ടം താണുപിള്ള പ്രസിഡന്റായും മിസ്റ്റർ പി എസ് നടരാജപിള്ള സെക്രട്ടറിയായും ഒരു അഡ്ഹോക്ക് വർക്കിങ് കമ്മിറ്റി രൂപീകരിക്കുകയും ചെയ്തു.

അഡ്ഹോക്ക് കമ്മിറ്റി 25 ന് ഈ ജോൺ ഫിലിപ്പോസിന്റെ വസതിയിൽ സമ്മേളിച്ചു. പട്ടംതാണുപിള്ളയാണ് യോഗത്തിൽ അദ്ധ്യക്ഷം വഹിച്ചത്. ഒരു വലിയ സദസ്സ് അന്ന് അവിടെ സമ്മേളിച്ചിരുന്നു.

തിരുവിതാംകൂർ സ്റ്റേറ്റ് കോൺഗ്രസ് നിരോധിക്കപ്പെടുന്നു

ഉത്തരവാദ ഭരണം സ്ഥാപിച്ചു കിട്ടുന്നതിനുവേണ്ടി പ്രക്ഷോഭം ആരംഭിക്കുന്നതിന് തിരുവിതാംകൂർ സ്റ്റേറ്റ് കോൺഗ്രസ് നേതൃത്വം തീരുമാനിച്ചു. അതനുസരിച്ച് പട്ടം താണുപിള്ളയുടെ നേതൃത്വത്തിലുള്ള സംഘം രാജ്യമൊട്ടുക്ക് പ്രചരണം നടത്തുവാനും തീരുമാനമായി. 1938 മാർച്ച് 7-ാം തീയതി പ്രചരണ സംഘത്തിലെ ആളുകൾ പട്ടം താണുപിള്ളയുടെ അംബുജവിലാസം റോഡിലുള്ള ഓഫീസിൽ സമ്മേളിച്ചു. യാത്ര സംഘം പുറപ്പെടുന്നതിനുള്ള ഒരുക്കങ്ങൾ ചെയ്തു കൊണ്ടിരിക്കുമ്പോൾ ഒരു പൊലീസ് ഉദ്യോഗസ്ഥൻ ഓഫീസിൽ കടന്നുവന്ന് അദ്ദേഹത്തെ സല്യൂട്ട് ചെയ്തശേഷം ഡിസ്ട്രിക്ട് മജിസ്ട്രേറ്റിന്റെ ഒരു ഉത്തരവ് ഏല്പിച്ചു. ആ ഉത്തരവ് ഇപ്രകാരമായിരുന്നു. "സ്റ്റേറ്റ് കോൺഗ്രസെന്നോ കോൺഗ്രസെന്നോ" പേരിലറിയപ്പെടുന്ന ഏതോ ഒരു സംഘടന ആരംഭിക്കാൻ പോകുന്ന ഉത്തരവാദ ഭരണ പ്രക്ഷോഭത്തെ എതിർക്കുന്ന ഒരു നല്ല വിഭാഗം ജനങ്ങൾ ഉള്ളതുകൊണ്ട് ഈ സംഘടനകളുടെ യോഗങ്ങളും പ്രചരണങ്ങളും സമാധാനലംഘനത്തിന് കാരണമായേക്കുമെന്ന് പൊലീസ് റിപ്പോർട്ടുകൾ മൂലം ഡിസ്ട്രിക്ട് മജിസ്ട്രേറ്റിന് ബോദ്ധ്യം വന്നിരിക്കുന്നതിനാൽ രണ്ടുമാസക്കാലത്തേക്ക് 'സ്റ്റേറ്റ് കോൺഗ്രസെന്നോ കോൺഗ്രസെന്നോ' അറിയപ്പെടുന്ന ആ സംഘടനയുടെ ആഭിമുഖ്യത്തിലുള്ള പ്രചരണങ്ങളും യോഗങ്ങളും തിരുവനന്തപുരം ഡിവിഷനിൽ ക്രിമിനൽ പ്രൊസിഡിയർ കോഡ് 227-ാം വകുപ്പ് അനുസരിച്ച് നിരോധിച്ചിരിക്കുന്നു.

പട്ടം താണുപിള്ള

തിരുവനന്തപുരത്ത് സ്റ്റേറ്റ് കോൺഗ്രസ് പ്രവർത്തനങ്ങൾ നിരോധിക്കപ്പെട്ടതോടെ കൊല്ലത്തും കോട്ടയത്തും പ്രചരണ പരിപാടികൾ സംഘടിപ്പിക്കാൻ കോൺഗ്രസ് നേതൃത്വം തീരുമാനിച്ചു. പക്ഷേ, അവിടെയും അതാത് ജില്ലാ മജിസ്ട്രേറ്റുമാർ നിരോധനാജ്ഞ പുറപ്പെടുവിച്ചിരുന്നതുകൊണ്ട് പ്രവർത്തനം അസാദ്ധ്യമായി. തിരുവിതാംകൂറിനുള്ളിൽ പ്രവർത്തനം അസാദ്ധ്യമായതോടെ പ്രവർത്തനം തിരുവിതാംകൂ

റിന് പുറത്തേക്ക് വ്യാപിപ്പിക്കുവാൻ നേതാക്കൾ തീരുമാനിച്ചു. തിരുവിതാംകൂറിൽ സർ സി പി നടത്തുന്ന ജനാധിപത്യ വിരുദ്ധമായ പ്രവർത്തനങ്ങളെപ്പറ്റി പുറംലോകത്തെ അറിയിക്കുന്നതിനുവേണ്ടി ഒരു സംഘം പട്ടംതാണുപിള്ളയുടെ നേതൃത്വത്തിൽ മദ്രാസിലേക്കു പോകാൻ തീരുമാനിച്ചു. ആ സംഘത്തിൽ പട്ടം താണുപിള്ളയെക്കൂടാതെ ടി എം വറുഗീസ്, സി കേശവൻ തുടങ്ങിയ പ്രമുഖരും ഉണ്ടായിരുന്നു. അവർ രഹസ്യമായാണ് തിരുവിതാംകൂർ വിട്ടത്. മദ്രാസ് സന്ദർശന വിവരം സർ സി പി യുടെ ചെവിയിൽ എത്തിയാൽ അവർ അപ്പോൾത്തന്നെ അറസ്റ്റ് ചെയ്യപ്പെടുമായിരുന്നു. ഏപ്രിൽ 14-ാം തീയതി മദ്രാസിലെ ജോർജ്ജ് ടൗണിലുള്ള ഗോഖലെ ഹോളിൽ ഒരു മിറ്റിങ് വിളിച്ചുകൂട്ടി. തിരുവിതാംകൂറിൽ സ്റ്റേറ്റ് കോൺഗ്രസിനെ ഞെരിച്ച് കൊല്ലാൻ ദിവാൻ നടത്തുന്ന വിദ്ധ്വംസക പ്രവർത്തനങ്ങളെപ്പറ്റി നേതാക്കൾ ദീർഘമായി പ്രസംഗിച്ചു. കൂടാതെ പ്രമുഖ പത്രപ്രവർത്തകരുമായും സമുന്നത വ്യക്തികളുമായും അഭിമുഖ സംഭാഷണം നടത്തുകയും തിരുവിതാംകൂറിലെ രാഷ്ട്രീയ പ്രതിസന്ധി അവരെ അറിയിക്കുകയും ചെയ്തു. തിരുവിതാംകൂറിൽനിന്നും പോയ സംഘത്തിന് താമസത്തിനുള്ള ഏർപ്പാടുകൾ ചെയ്തിരുന്നത് കെ സി മാമ്മൻ മാപ്പിളയും സി പി മാത്തനും ചേർന്ന് നടത്തിയിരുന്ന തിരുവിതാംകൂർ നാഷണൽ ക്വയിലോൺ ബാങ്കിന്റെ വക കെട്ടിടത്തിലായിരുന്നു. കൂടാതെ സ്റ്റേറ്റ് കോൺഗ്രസ് പ്രവർത്തനങ്ങൾക്ക് വേണ്ടി ഒരു തുക സംഭാവനയായി നല്കുകയും ചെയ്തു. ഇത് സർ സി പി രാമസ്വാമി അയ്യരുടെ കാതുകളിൽ എത്തി. വെല്ലിങ്ങ്ടൺ പ്രഭുവിന്റെ തിരുവിതാംകൂർ സന്ദർശനവുമായി ബന്ധപ്പെട്ട് സി പി മാത്തൻ നടത്തിയ പരസ്യ പ്രസ്താവന സി പി യുടെ മനസ്സിൽ കെടാതെ കനലായി അവശേഷിച്ചിരുന്നു. അപ്പോഴാണ് ഈ പുതിയ സംഭവം. ദിവാൻ പദവി തന്നെ ഇല്ലാതാക്കുന്നതിനുവേണ്ടി സ്ഥാപിക്കപ്പെട്ട രാഷ്ട്രീയ പ്രസ്ഥാനമായ തിരുവിതാംകൂർ രാഷ്ട്രീയ കോൺഗ്രസ് എന്ന സംഘടനയ്ക്ക് സാമ്പത്തിക സഹായം ചെയ്യുകയും അതിന്റെ നേതാക്കൾക്ക് ആതിഥ്യം നല്കുകയും ചെയ്യുന്ന ബാങ്കിനെയും രാഷ്ട്രീയ കോൺഗ്രസിന്റെ നാവായി പ്രവർത്തിക്കുന്ന *മലയാള മനോരമ*പ്പത്രത്തെയും മുച്ചൂടും മുടക്കുമെന്ന് ഒരു നിർണ്ണയം ദിവാന്റെ മുഖത്ത് കാണാമായിരുന്നു. ദിവാൻ ബാങ്കിനെയും പത്രത്തെയും നശിപ്പിക്കുവാൻ ബഹുവിധമാർഗ്ഗങ്ങളാണ് അവലംബിച്ചത്. ആദ്യത്തേത് ആശയപരമായ ആസൂത്രണമായിരുന്നു. ബാങ്കും പത്രവും നടത്തുന്നത് സുറിയാനി ക്രിസ്ത്യാനികൾ ആണെന്നും അവരുടെ താല്പര്യ സംരക്ഷണത്തിന് വേണ്ടി സൃഷ്ടിക്കപ്പെട്ടിട്ടുള്ള ഒരു രാഷ്ട്രീയ പാർട്ടിയാണ് തിരുവിതാംകൂർ സ്റ്റേറ്റ് കോൺഗ്രസെന്നും പട്ടംതാണുപിള്ളയും സി കേശവനും എല്ലാം സുറിയാനിക്കാരനായ ടി എം വറുഗീസിന്റെ വലയിൽ കുടുങ്ങിപ്പോയ മീനുകളാണെന്നും ആയിരുന്നു സി പി യുടെ ഒരു പ്രചരണം.

സർ, സി പി ക്ക് സി പി മാത്തനോട് വൈരാഗ്യം ഉണ്ടാകുവാനുള്ള

രണ്ടാമത്തെ കാരണവും നാം കണ്ടു കഴിഞ്ഞു. ഇനി പരിണതഫലങ്ങൾ പരിശോധിക്കാം.

മൈലാപ്പൂർ ശാഖയിൽ 'റൺ' ആരംഭിക്കുന്നു

മദ്രാസ് നഗരത്തിൽ ട്രാവൻകൂർ നാഷണൽ ആന്റ് ക്വയിലോൺ ബാങ്കിന് ഏഴു ശാഖകൾ ഉണ്ടായിരുന്നു. അതിൽ ഒന്നാണ് മൈലാപ്പൂർ ശാഖ. ഈ സ്ഥലത്തിന് ഒരു പ്രത്യേകതകൂടിയുണ്ട്. ഇതാണ് തിരുവിതാംകൂർ ദിവാൻ സർ സി പി രാമസ്വാമി അയ്യരുടെ ജന്മസ്ഥലം. അദ്ദേഹത്തിന് സ്വന്തക്കാരും ബന്ധുക്കാരും ആയി വളരെയധികം ആളുകൾ ഇവിടെയുണ്ട്. മറ്റ് ബ്രാഞ്ചുകളിൽ നിന്ന് വ്യത്യസ്തമായി മൈലാപ്പൂർ ബ്രാഞ്ച് രാവിലെ ഏഴുമണിക്ക് തുറന്ന് പ്രവർത്തനം ആരംഭിക്കും. ഇതര ബ്രാഞ്ചുകൾ പത്തുമണിക്കും തുറക്കും. ഒരു ദിവസം പ്രഭാതത്തിൽ അതായത് 1938 മാർച്ച് 8-ാം തീയതി രാവിലെ ഏഴുമണിക്ക് ബാങ്കിന്റെ ഈ ഓഫീസിന് മുമ്പിൽ ഒരു വലിയ ജനക്കൂട്ടം കാണപ്പെട്ടു. അവർ 'ഞങ്ങളുടെ പണം തിരിച്ചു താ' എന്ന് ഉച്ചത്തിൽ വിളിച്ചുപറയുന്നുണ്ടായിരുന്നു. എന്നാൽ ഈ ബഹളം വച്ചവരിൽ ആർക്കും തന്നെ ബാങ്കിൽ നിക്ഷേപം ഒന്നും ഇല്ലായിരുന്നു. ഇത് ഗൂഢാലോചനയുടെ ഭാഗമാണെന്ന് അധികം താമസിയാതെ ബോദ്ധ്യമായി.

ഇതുകൂടാതെ കുറേ നാളുകൾക്കു മുമ്പുതന്നെ മദ്രാസ് നഗരത്തിലുള്ള പല ബാങ്ക് ഇടപാടുകാരുടെയും വീട്ടിൽ അജ്ഞാതരായ ആളുകൾ ഫോണിൽ വിളിച്ച് ബാങ്കിനെതിരെ പ്രചരണവേല നടത്തിയിരുന്നു. കൂടാതെ ട്രാവൻകൂർ നാഷണൽ ബാങ്ക് പൊളിയാറായിരിക്കുകയാണെന്നും അതിന്റെ ഡയറക്ടർമാർ ബാങ്കിന്റെ പണം സ്വന്തം ആവശ്യത്തിന് വേണ്ടി പിൻവലിച്ചിരിക്കുകയാണെന്നും ബാങ്കിന്റെ പല അഡ്വാൻസ്തുകകളും നഷ്ടപ്പെട്ടിരിക്കുകയാണെന്നും തിരുവിതാംകൂർ സർക്കാർ തന്നെ ഈ ബാങ്കിന് എതിരാണെന്നും സർക്കാർ ഈ ബാങ്കിൽ നിക്ഷേപിച്ചിരുന്ന എഴുപത്തിയഞ്ചു ലക്ഷം രൂപ പിൻവലിച്ചുകഴിഞ്ഞുവെന്നും അതുകൊണ്ട് ബാങ്കിൽ നിക്ഷേപം വല്ലതുമുണ്ടെങ്കിൽ ഉടൻ പിൻവലിച്ചുകൊള്ളണമെന്നും അറിയിച്ചു കൊണ്ട് നിക്ഷേപകരുടെ പല വീടുകളിലും പേരും ഒപ്പും വയ്ക്കാതെ കത്തുകൾ ലഭിച്ചു തുടങ്ങിയിരുന്നു. അന്വേഷണത്തിൽ നിന്നും ഇതിന്റെ എല്ലാം പ്രഭവകേന്ദ്രം തിരുവിതാംകൂർ ആണെന്ന് മനസ്സിലായി.

നിക്ഷേപം തിരികെ ആവശ്യപ്പെട്ടവർക്കെല്ലാം രണ്ടുമൂന്ന് കൗണ്ടറുകൾ അധികം തുറന്ന് സാധാരണ ഓഫീസ് സമയം കഴിഞ്ഞും ബാങ്ക് പ്രവർത്തിപ്പിച്ച് പണം തിരികെ നല്കി. തുടർന്ന് 'റൺ' തിരുനെൽവേലി, തൃശ്ശിനാപ്പള്ളി മുതലായ സ്ഥലങ്ങളിലേക്ക് വ്യാപിച്ചു. അവിടെനിന്നും 'റൺ' തിരുവിതാംകൂറിലേക്കും വ്യാപിച്ചു. ചോദിച്ചവർക്കെല്ലാം പണം തിരികെ കൊടുത്തുകൊണ്ടിരുന്നിട്ടും 'റൺ' അവസാനിച്ചില്ല. ഇതിൽ നിന്നും 'റൺ' ഒരു ഗൂഢാലോചനയുടെ ഫലമാണെന്ന് വ്യക്തമായി.

ജനറൽ മാനേജരുടെയും ഡയറക്ടർമാരുടെയും രാജി

'റൺ' കൊണ്ട് തളർന്നിരുന്ന ബാങ്കിന്റെ കഷ്ടകാലം അതുകൊണ്ടും അവസാനിച്ചില്ല. അടുത്ത പ്രഹരം വന്നത് ബാങ്കിന്റെ ജനറൽ മാനേജരിൽനിന്നും ഡയറക്ടർമാരിൽ നിന്നുമാണ്. അവർ ഒന്നിനു പുറകെ ഒന്നായി ബാങ്കിലെ അവരുടെ സ്ഥാനമാനങ്ങൾ രാജിവച്ചു തുടങ്ങി. രാജി വച്ചവരെല്ലാം സർ സി പിയുടെ ഭീഷണിക്കും നിർബ്ബന്ധത്തിനും പ്രലോഭനത്തിനും വശംവദരായവരാണ്.

കെ എസ് രാമാനുജം

ആദ്യമായി രാജിവെച്ചത് ബാങ്കിന്റെ ജനറൽ മാനേജർ കെ എസ് രാമാനുജം ആണ്. ഇദ്ദേഹത്തെ ബാങ്കിന്റെ ജനറൽ മാനേജർ ആക്കിയത് സി പി യുടെ ആഗ്രഹപ്രകാരമായിരുന്നു. ബാങ്കിന്റെ രഹസ്യങ്ങൾ ചോർത്തിയെടുക്കുക എന്നതായിരുന്നു സി പി രാമാനുജത്തെ ഏല്പിച്ചിരുന്ന ജോലി. അത് രാമാനുജം ശരിക്കു നിർവ്വഹിക്കുകയും ചെയ്തു. ബാങ്കിലെ മുഴുവൻ നിക്ഷേപകരുടെയും മേൽവിലാസം സർ സി പി ക്ക് ചോർത്തിക്കൊടുത്തത് രാമാനുജമാണ്. മദ്രാസ് ശാഖയിലെ 'റൺ' നടക്കുന്നതിന് മുന്നോടിയായി നിക്ഷേപകരുടെ വീട്ടിൽ ലഘു ലേഖകൾ എത്തിക്കാൻ സി പി ക്ക് സാധിച്ചത് രാമാനുജത്തിന്റെ ഈ സഹായം കൊണ്ടാണ്. ബാങ്കിന്റെ കേസ് നടന്നുകൊണ്ടിരുന്ന അവസരത്തിൽ ഇദ്ദേഹം മാപ്പുസാക്ഷിയായി. ബാക്കിപത്രത്തിൽ തിരിമറികൾ നടന്നിട്ടുണ്ടെന്നും അതിൽ താനും പങ്കാളിയാണെന്നും അദ്ദേഹം കോടതിയിൽ മൊഴികൊടുത്തു. എന്നാൽ ഇദ്ദേഹം വിശ്വസിക്കാൻ കൊള്ളാത്തവനാണെന്ന് സി പി മാത്തനും മാമ്മൻ മാപ്പിളയ്ക്കും മനസ്സിലായത് വളരെ വൈകിയാണ്. അപ്പോഴേക്കും കാര്യങ്ങൾ കൈവിട്ടുപോയിരുന്നു. അദ്ദേഹം ബാങ്കിന്റെ ജനറൽ മാനേജർ പദവി രാജിവെക്കുന്നതിന് മുമ്പായി ഒരു പത്രസമ്മേളനം നടത്തി. ബോംബെയിൽനിന്നും ലണ്ടനിലേക്ക് പുറപ്പെടാനിരുന്ന ഒരു കപ്പലിൽ അദ്ദേഹം കയറി. ഈ കപ്പലിലെ അദ്ദേഹത്തിന്റെ മുറിയിൽ വച്ചായിരുന്നു പത്ര സമ്മേളനം. ബാങ്ക് ഇനി നിലനില്ക്കുകയില്ലെന്നും ഒരു രൂപയ്ക്ക് 6 അണയുടെ ആസ്തിപോലും ബാങ്കിനില്ലെന്നും ഇനി ഈ ബാങ്കിലെ ഒരു ഉദ്യോഗസ്ഥനായി തുടരുന്നതിൽ അർത്ഥമില്ലെന്നും ആയിരുന്നു രാമനുജനും പത്രക്കാരെ അറിയിച്ചത്. രാമാനുജം രാജിവെച്ചതും കപ്പലിൽ പത്രസമ്മേളനം നടത്തിയതും അറിഞ്ഞ ബാങ്ക് നടത്തിപ്പുകാർ രാമാനുജത്തിന്റെ രാജി എങ്ങനെയെങ്കിലും പിൻവലിക്കണമെന്ന ഉദ്ദേശത്തോടെ മാമ്മൻ മാപ്പിളയുടെ പുത്രൻ കെ എം ഫിലിപ്പിനെ രാമാനുജത്തിന്റെ അടുത്തേക്ക് അയച്ചു. രാജി പിൻവലിച്ച് ബാങ്കിൽ മടങ്ങിവരണമെന്ന കെ എം ഫിലിപ്പിന്റെ അഭ്യർത്ഥന അയാൾ ചെവിക്കൊണ്ടില്ല. ബാങ്കിനെ രക്ഷിക്കാനുള്ള പരിശ്രമങ്ങളുടെ ഭാഗമായി സി പി മാത്തൻ റിസർവ്വ് ബാങ്ക് ഗവർണറുമായി നടത്തിയ കൂടിക്കാഴ്ചയിലും രാമാനുജം സന്നിഹിതരായിരുന്നു. എന്നാൽ രാമാനുജം രഹസ്യമായി

റിസർവ്വ് ബാങ്ക് ഗവർണറെയും ഡെപ്യൂട്ടി ഗവർണ്ണറെയും കണ്ട് ബാങ്കിനെ സഹായിക്കരുതെന്നും ബാങ്കിന്റെ ആസ്തികൾ പൂർണ്ണമായി നഷ്ടപ്പെട്ടു കഴിഞ്ഞുവെന്നും തെറ്റിദ്ധരിപ്പിച്ചു. ബാങ്കിനെ സഹായിക്കാൻ ഗവർണർ സർ ജെയിംസ് ടെയ്ലർ തയ്യാറായിരുന്നു എന്നാൽ ഡെപ്യൂട്ടി ഗവർണർ സർ മണിലാൽ നാനാവതിയെ രാമാനുജം നേരത്തെതന്നെ സ്വാധീനിച്ചിരുന്നു. ബാങ്കിനെ സഹായിക്കാനുള്ള അനുകൂല മനോഭാവം ഗവർണർ സ്വീകരിക്കുമ്പോൾ ഡപ്യൂട്ടി ഗവർണർ അതെല്ലാം നിരുത്സാഹപ്പെടുത്തിക്കൊണ്ടിരുന്നു. അങ്ങനെ ബാങ്കിനെതിരായ പത്ര പ്രസ്താവനയും കഴിഞ്ഞ് രാമാനുജം ലണ്ടനിലേക്കെന്നും പറഞ്ഞ് കപ്പലിൽ കയറി ഈജിപ്തിലെ കസെറ്റ് വരെ പോയി ഇന്ത്യയിലേക്ക് മടങ്ങിപ്പോന്നു.

ചട്ടനാഥക്കരയാളർ

ചട്ടനാഥക്കരയാളർ ട്രാവൻകൂർ നാഷണൽ ആൻഡ് ക്വയിലോൺ ബാങ്കിന്റെ ഡയറക്ടർമാരിൽ ഒരാളും ലയനത്തിനുമുമ്പ് ക്വയിലോൺ ബാങ്കിന്റെ ഡയറക്ടറായി മൂന്നുവർഷം ജോലി ചെയ്ത ആളുമാണ്. കൂടാതെ അദ്ദേഹം സി പി മാത്തന്റെയും മാമ്മൻ മാപ്പിളയുടെയും ഏറ്റവും അടുത്ത സുഹൃത്തും ആയിരുന്നു. അദ്ദേഹം ഒരിക്കൽപ്പോലും ബാങ്കിന്റെ പ്രവർത്തനത്തിൽ എന്തെങ്കിലും അതൃപ്തി ഉള്ളതായി പറഞ്ഞിട്ടില്ല. എന്നാൽ സർ സി പി അദ്ദേഹത്തെ തിരുവിതാംകൂർ നിയമസഭയുടെ ഡെപ്യൂട്ടി പ്രസിഡന്റായി തിരഞ്ഞെടുത്തു. ടി എം വറുഗീസ് അവിശ്വാസ പ്രമേയം വഴി പുറത്താക്കപ്പെട്ട ഒഴിവിലേക്കാണ് സർ സി പി ചട്ടനാഥക്കരയാളരെ നിയമിച്ചത്. കൂടാതെ ഗവൺമെന്റ് സ്ഥാപിക്കാൻ ഉദ്ദേശിക്കുന്ന സ്റ്റേറ്റ് ക്രെഡിറ്റ് ബാങ്കിന്റെ ചെയർമാനായി അദ്ദേഹത്തെ ഗവൺമെന്റ് നാമനിർദ്ദേശം ചെയ്യുകയും ചെയ്തു. ഇതുകൂടാതെ അദ്ദേഹത്തിന് തിരുവിതാംകൂർ ഗവൺമെന്റുമായി പല ഉടമ്പടി വ്യാപാരങ്ങളും പണമിടപാടുകളും ഉപ്പുവ്യാപാരവും എല്ലാം ഉണ്ടായിരുന്നു. അന്നത്തെ തിരുവിതാംകൂറിന്റെ രാഷ്ട്രീയ സാഹചര്യത്തിൽ സർ സി പി യെ ധിക്കരിച്ചുകൊണ്ട് വ്യാപാരികൾക്കും വ്യവസായികൾക്കും പത്രസ്ഥാപനനടത്തിപ്പുകാർക്കും സർക്കാർ ഉദ്യോഗസ്ഥന്മാർക്കും ആർക്കും ഒരടി മുന്നോട്ടു പോകാൻ സാധിക്കുമായിരുന്നില്ല. ഈ സാഹചര്യത്തിലാണ് ചട്ടനാഥക്കരയാളർ ട്രാവൻകൂർ നാഷണൽ ആന്റ് ക്വയിലോൺ ബാങ്കിന്റെ ഡയറക്ടർ സ്ഥാനം രാജിവെക്കാൻ നിർബ്ബന്ധിതനായത്. അദ്ദേഹത്തിന്റെ രാജിവിവരം അസോസിയേറ്റഡ് പ്രസിന്റെ തിരുവനന്തപുരം ഓഫീസിൽനിന്നും ഒരുകമ്പി സന്ദേശം വഴി മദ്രാസ് പത്രങ്ങൾക്ക് ലഭിച്ചു. മദ്രാസ് പത്രങ്ങൾ ഈ വാർത്ത വലിയ പ്രാധാന്യത്തോടെ പ്രസിദ്ധീകരിച്ചത് ബാങ്കിനെ കൂടുതൽ ക്ഷീണിപ്പിച്ചു. പ്രത്യേകിച്ചും ബാങ്കിന്റെ ഇടപാടുകാരിൽ ബഹുഭൂരിപക്ഷവും ആംഗ്ലോ ഇന്ത്യക്കാരും ബ്രിട്ടീഷ് ഇന്ത്യയിലെ പ്രമുഖരും ആയിരുന്നു എന്നത് രാജി വാർത്ത സൃഷ്ടിച്ച ആഘാതം വർദ്ധിപ്പിച്ചു.

വി എൻ നാരായണപിള്ള

അടുത്തതായി രാജിവച്ച ഡയറക്ടറാണ് വി എൻ, നാരായണപിള്ള യാതൊരു കാരണവും പറയാതെ തന്റെ ഡയറക്ടർ സ്ഥാനം രാജിവച്ചിരിക്കുന്നതായി ഒരു കമ്പി സന്ദേശം മൂലം അദ്ദേഹം ബാങ്കിനെ അറിയിച്ചു. വി എൻ നാരായണപിള്ള 12 വർഷം ക്വയിലോൺ ബാങ്കിന്റെ ഡയറക്ടറും 11 വർഷം അതിന്റെ ചെയർമാനും ആയിരുന്നു. കൂടാതെ ബാങ്കിന്റെ നിയമോപദേഷ്ടാവ് എന്ന നിലയിൽ ഒരു നല്ല തുക ശമ്പളം പറ്റിക്കൊണ്ടുമിരുന്നു. ബാങ്ക് സംയോജന രേഖകളിൽ ക്വയിലോൺ ബാങ്കിന്റെ പ്രതിനിധിയെന്ന നിലയിൽ ഒപ്പുവെക്കുന്നതിന് ആ ബാങ്കിൽനിന്നും തിരഞ്ഞെടുക്കപ്പെട്ടത് വി എൻ നാരായണപിള്ളയാണ്. അദ്ദേഹം സി പി മാത്തന്റെയും മാമ്മൻ മാപ്പിളയുടെയും സ്വന്തം കുടുംബാംഗത്തെപ്പോലെയാണ് ആദ്യാവസാനം പെരുമാറിയിരുന്നത്.

എന്നാൽ ഇദ്ദേഹത്തിനും സർ സി പിയുടെ ഭീഷണിക്കും പ്രലോഭനത്തിനും മുമ്പിൽ പിടിച്ചു നില്ക്കാൻ കഴിഞ്ഞില്ല. സർ സി പി, നാരായണപിള്ളയെ തിരുവിതാംകൂർ ഗവൺമെന്റ് പ്ലീഡറായി നിയമിച്ചു. കൂടാതെ അദ്ദേഹത്തിന്റെ ഒരു പുത്രനും പുത്രിയും സഹോദരനും സ്യാലനും തിരുവിതാംകൂർ ഗവൺമെന്റ് സർവ്വീസിലും ഉണ്ടായിരുന്നു. തന്റെ കുടുംബത്തിന്റെ ഭാവിയെപ്പറ്റിയുള്ള ഉൽക്കണ്ഠയാണ് ആരോടും ആലോചിക്കാതെ ബാങ്കിന്റെ ഡയറക്ടർ സ്ഥാനം രാജിവെക്കാൻ തന്നെ പ്രേരിപ്പിച്ചതെന്ന് അദ്ദേഹം പിന്നീട് ഖേദത്തോടെ സമ്മതിച്ചിട്ടുണ്ട്.

ബാങ്കിനെ രക്ഷപ്പെടുത്താനുള്ള ശ്രമങ്ങൾ

സി പി മാത്തൻ റിസർവ്വ് ബാങ്ക് അധികാരികളെ കാണുന്നു

തുടർച്ചയായി നടന്നുകൊണ്ടിരുന്ന 'റൺ'നെ തുടർന്ന് തകർച്ചയെ നേരിട്ടുകൊണ്ടിരുന്ന ബാങ്കിനെ എങ്ങനെയെങ്കിലും രക്ഷിക്കാൻ കഴിയുമോയെന്ന് ഒരവസാന പരിശ്രമം നടത്തിനോക്കാൻ ബാങ്ക് അധികാരികൾ ഒരു ശ്രമം നടത്തിനോക്കി. റിസർവ്വ് ബാങ്ക് അധികൃതരുമായി സംസാരിക്കുന്നതിന് വേണ്ടി സി പി മാത്തനെയാണ് ചുമതലപ്പെടുത്തിയിരുന്നത്. അദ്ദേഹം ബോംബയിൽ പോയി റിസർവ്വ് ബാങ്ക് ഗവർണർ സർ ജെയിംസ് ടെയ്‌ലറെയും ഡപ്യൂട്ടി ഗവർണ്ണർ സർ മണിലാൽ നാനാവതിയെയും കണ്ട് ബാങ്കിന്റെ അപ്പോഴത്തെ അവസ്ഥയെപ്പറ്റി ധരിപ്പിച്ചു. ബാങ്കിന്റെ ഈ വിഷമസ്ഥിതിയിൽ റിസർവ്വ് ബാങ്ക് തങ്ങളുടെ ബാങ്കിനെ സഹായിക്കണമെന്ന് അപേക്ഷിച്ചു. അതിന് ചില വ്യവസ്ഥകളും മുന്നോട്ട് വച്ചു. അതിൽ ഒന്നാമത്തേത് റിസർവ്വ് ബാങ്കിൽ നിന്നൊരു ഉദ്യോഗസ്ഥനെ നാഷണൽ ആൻഡ് ക്വയിലോൺ ബാങ്കിൽ കാര്യങ്ങൾ അന്വേഷിക്കുന്നതിന് വേണ്ടി നിയമിക്കണമെന്നതായിരുന്നു. അതോടൊപ്പം ഒരു തുക നാഷണൽ ആന്റ് ക്വയിലോൺ ബാങ്കിന് റിസർവ്വ് ബാങ്ക് കടമായി നല്കണം. കൂടാതെ നാഷണൽ ആന്റ് ക്വയിലോൺ ബാങ്കിന്റെ നിയന്ത്രണം റിസർവ്വ് ബാങ്ക്

ഏറ്റെടുത്തിരിക്കുന്നതായി ഒരു പ്രസ്താവന പുറപ്പെടുവിക്കണം. എന്നാൽ ഈ നിർദ്ദേശം റിസർവ്വ് ബാങ്ക് ഗവർണറും ഡപ്യൂട്ടി ഗവർണറും തള്ളിക്കളഞ്ഞു. തുടർന്ന് മറ്റൊരു നിർദ്ദേശം സി പി മാത്തൻ റിസർവ്വ് ബാങ്ക് ഗവർണർക്ക് സമർപ്പിച്ചു. തങ്ങളുടെ ബാങ്കിന്റെ സൂക്ഷിപ്പിലുള്ള സ്വർണ്ണപ്പണ്ടങ്ങളുടെയും മറ്റ് ആസ്തികളുടെയും ഈടിന്മേൽ 40 ലക്ഷം രൂപ റിസർവ്വ് ബാങ്ക് കടം തരികയും ബാങ്കിനെ സഹായിക്കാൻ റിസർവ്വ് ബാങ്ക് സന്നദ്ധമാണെന്ന് കാണിച്ച് ഒരു പ്രസ്താവന പുറപ്പെടുവിക്കുകയും ചെയ്യണമെന്നായിരുന്നു അത്. എന്നാൽ ഈ നിർദ്ദേശവും റിസർവ്വ് ബാങ്ക് അധികാരികൾ ചെവികൊണ്ടില്ല അവസാനമായി മറ്റൊരു നിർദ്ദേശം റിസർവ്വ് ബാങ്ക് അധികാരികളുടെ മുമ്പിൽ അവതരിപ്പിച്ചു. നാഷണൽ ആന്റ് ക്വയിലോൺ ബാങ്കിന്റെ കണക്കുകൾ തങ്ങൾ പരിശോധിച്ചു വരികയാണെന്നും ആവശ്യത്തിനുള്ള ആസ്തികൾ ബാങ്കിനുണ്ടെന്ന് കണ്ടാൽ ബാങ്കിനെ സഹായിക്കാൻ തങ്ങൾ തയ്യാറാണെന്നും കാണിച്ചുകൊണ്ടുള്ള ഒരു പ്രസ്താവന റിസർവ്വ് ബാങ്ക് പുറപ്പെടുവിക്കണമെന്നുള്ളതായിരുന്നു അത്. എന്നാൽ ഇതും ബാങ്ക് അധികാരികൾ തള്ളിക്കളയുകയാണുണ്ടായത്.

സർ സി പി യുടെ കുപ്രചാരണങ്ങളാണ് റിസർവ്വ് ബാങ്ക് അധികാരികളെ ട്രാവൻകൂർ നാഷണൽ ആന്റ് ക്വയിലോൺ ബാങ്കിനെതിരായി തിരിച്ചത്. തിരുവിതാംകൂർ സ്റ്റേറ്റ് കോൺഗ്രസിന്റെയും ഇന്ത്യൻ നാഷണൽ കോൺഗ്രസിന്റെയും പ്രവർത്തനങ്ങൾക്ക് ബാങ്ക് പ്ണം വാരിക്കോരിച്ചിലവഴിച്ചിരിക്കുകയാണെന്നും ആ പണം മുഴുവൻ കിട്ടാക്കുറ്റിയായിപ്പോയെന്നും ബാങ്കിന്റെ നാശത്തിന് ഒരു കാരണം ഇതാണെന്നും ആയിരുന്നു സി പിയുടെ പ്രചരണം. ഇന്ത്യൻ നാഷണൽ കോൺഗ്രസിനെയും അതിന്റെതന്നെ ഭാഗമായ തിരുവിതാംകൂർ സ്റ്റേറ്റ് കോൺഗ്രസിനെയും സാമ്പത്തികമായി സഹായിക്കുന്ന ഒരു ബാങ്കിനെ രക്ഷിക്കാൻ സർ, ജെയിംസ് ടെയ്‌ലിറെപ്പോലെയുള്ള ഒരു സായിപ്പ് തയ്യാറാകാഞ്ഞതിൽ അത്ഭുതത്തിന് വകയില്ലല്ലോ? റിസർവ്വ് ബാങ്ക് പൂർണ്ണമായും കൈയൊഴിഞ്ഞുവെന്ന് ബാങ്ക് അധികൃതർക്ക് ബോദ്ധ്യമായി. ഇനി ബാങ്ക് അടച്ചുപൂട്ടുകമാത്രമേ നിർവ്വാഹമുള്ളൂ എന്ന സ്ഥിതിയിൽ എത്തിച്ചേർന്നു.

സി രാജഗോപാലാചാരി

തിരുവിതാംകൂർ നാഷണൽ ആന്റ് ക്വയിലോൺ ബാങ്ക് പൂട്ടിപ്പോകുകയെന്നു പറഞ്ഞാൽ ബാങ്കിന്റെ നടത്തിപ്പുകാരുടെ ജീവിതം മാത്രമല്ല ഇരുൾ അടഞ്ഞുപോകുന്നത്. ബാങ്കിനെ വിശ്വസിച്ച് അവരുടെ ജീവിതകാലം മുഴുവൻ കൊണ്ടു സമ്പാദിച്ച മുഴുവൻ പണവും ബാങ്കിൽ നിക്ഷേപിച്ച നൂറുകണക്കിന് നിക്ഷേപകരുടെ കുടുംബങ്ങൾ കൂടിയാണ്. അതുകൊണ്ട് എങ്ങനെയങ്കിലും ബാങ്കിനെ രക്ഷിക്കാനുള്ള മാർഗ്ഗങ്ങളെക്കുറിച്ച് ആലോചിച്ചപ്പോൾ മനസ്സിൽ തെളിഞ്ഞുവന്ന ഒരു ആശയമാണ് സർ സി രാജഗോപാലാചാരിയെ ചെന്ന് കാണുക എന്നുള്ളത്. അന്ന് രാജഗോപാലാചാരി മദ്രാസ് പ്രധാനമന്ത്രിയായിരുന്നു. രാജഗോപാലാചാരിയും

സർ സി പിയും വലിയ സുഹൃത്തുക്കൾ ആയിരുന്നു. അതുകൊണ്ട് രാജഗോപാലാചാരി ഉപദേശിച്ചാൽ ഒരുപക്ഷേ, സർ സി പി ബാങ്കിന് വിരോധമായി ചെയ്യുന്ന പ്രവൃത്തികളിൽനിന്ന് പിന്മാറിയേക്കുമെന്ന് ബാങ്ക് നടത്തിപ്പുകാർക്ക് തോന്നി.

അതനുസരിച്ച് അവർ രാജഗോപാലാചാരിയെ മദ്രാസിൽച്ചെന്ന് കണ്ട് ബാങ്കിന്റെ അപ്പോഴത്തെ അവസ്ഥയും ബാങ്ക് പൊളിക്കുന്നതിൽ സർ സി പിക്കുള്ള പങ്കും എല്ലാം അദ്ദേഹത്തെ പറഞ്ഞ് കേൾപ്പിച്ചു. രാജഗോപാലാചാരി സൗഹൃദപൂർവ്വമായ ഒരു കത്ത് സർ സി പിക്ക് നല്കി. ബാങ്കിന് എതിരായി അദ്ദേഹം ചെയ്യുന്ന പ്രവർത്തനങ്ങളിൽനിന്ന് അദ്ദേഹത്തെ പിന്തിരിപ്പിക്കണമെന്ന് ബാങ്ക് അധികാരികൾ രാജഗോപാലാചാരിയോട് ആവശ്യപ്പെട്ടു. രാജഗോപാലാചാരി ക്ഷമയോടെ എല്ലാം കേട്ടുകൊണ്ടിരുന്നു. ബാങ്കിനെതിരായി സർ സി പി നേരത്തെ തന്നെ രാജഗോപാലാചാരിയെ തിരിച്ചിരുന്നു. എത്രയും പെട്ടെന്ന് തിരുവനന്തപുരത്ത് ചെന്ന് സർ സി പിയെ നേരിൽ കണ്ട് സംസാരിക്കുന്നതാണ് ഉചിതം എന്ന ഒരുപദേശവും കൊടുത്ത് രാജഗോപാലാചാരി അവരെ യാത്രയാക്കി. അങ്ങനെ രാജഗോപാലാചാരിയിൽനിന്നും പ്രതീക്ഷിച്ച ഒരു സഹായവും ഉണ്ടായില്ല.

തിരുവിതാംകൂർ റസിഡന്റ് മിസ്റ്റർ സ്ക്രൈൻ

ബാങ്കിനെ രക്ഷപ്പെടുത്താൻവേണ്ടി മുട്ടിയ ഓരോ വാതിലുകളും അടഞ്ഞുകൊണ്ടിരുന്നു. എങ്കിലും ആവശ്യക്കാരന് ഔചിത്യമില്ലല്ലോ. പുതിയ പുതിയ വാതിലുകളിൽ മുട്ടിക്കൊണ്ടിരുന്നു. അന്ന് തിരുവിതാംകൂർ റസിഡന്റ് മിസ്റ്റർ സ്ക്രൈനായിരുന്നു. അദ്ദേഹത്തെ ഇടപെടുവിച്ചാൽ ഒരുപക്ഷേ, ബാങ്കിനെ രക്ഷപ്പെടുത്താൻ കഴിഞ്ഞേക്കുമെന്ന വിശ്വാസത്തിൽ മിസ്റ്റർ സ്ക്രൈനിനെ ചെന്നു കാണാൻ തീരുമാനിച്ചു. റസിഡന്റും മദാമ്മയും സുഖവാസത്തിനായി അന്ന് കൂനൂരിൽ എത്തിയിരുന്നു. ബാങ്ക് അധികൃതർ മദ്രാസിൽനിന്നും കൂനൂരിൽ എത്തി ബാങ്കിന്റെ കാര്യങ്ങളെല്ലാം മിസ്റ്റർ. സ്ക്രൈനെ ധരിപ്പിച്ചു. മാമ്മൻ മാപ്പിള തയ്യാറാക്കിക്കൊണ്ടുവന്ന മെമ്മോറാണ്ടവും എഴുത്തും സർ സി പിക്ക് അയച്ചു കൊടുക്കാമെന്ന് അദ്ദേഹം വാക്കു കൊടുത്തു. എന്നാൽ വാക്ക് പാലിച്ചില്ല. അന്ന് ഇന്ത്യൻ നാഷണൽ കോൺഗ്രസിനോട് നേരിയ ഒരു ബന്ധമെങ്കിലും ഉള്ള ഒരാളെ ശത്രുവായി മാത്രമേ ബ്രിട്ടീഷുകാർക്ക് കാണാൻ കഴിയുമായിരുന്നുള്ളൂ. ഇന്ത്യയിലെ ബ്രിട്ടീഷ് സാമ്രാജ്യത്തിന്റെ കാവൽഭടനായിട്ടാണ് ബ്രിട്ടീഷുകാർ സർ സി പിയെ കണ്ടിരുന്നത്. ബ്രിട്ടീഷ് ഇന്ത്യയിലും നാട്ടുരാജ്യങ്ങളിലും ബ്രിട്ടീഷ് ഭരണത്തിനെതിരായി നടക്കുന്ന സമരങ്ങളിൽ ബ്രിട്ടീഷ് പക്ഷത്തു നില്ക്കുന്നത് സർ സി പിയെപ്പോലുള്ളവരാണെന്ന് ബ്രിട്ടീഷുകാർക്ക് അറിയാമായിരുന്നു. അതുകൊണ്ട് സർ സി പി പറയുന്നതിന് അപ്പുറത്ത് ഒരു വെള്ളക്കാരനും പോകുമായിരുന്നില്ല. അങ്ങനെ ഒരു വാതിൽ കൂടെ അടഞ്ഞു.

ബാങ്കിന്റെ കേസ് മുമ്പോട്ട് പോയപ്പോൾ സി പി മാത്തനെയും കെ സി മാമ്മൻ മാപ്പിളയെയും അറസ്റ്റ് ചെയ്യുന്നതിന് സി പിക്ക് പിന്തുണ കൊടുത്തത് ഈ സ്ക്രൈൻ തന്നെയാണ്.

മഹാത്മാഗാന്ധി

മഹാത്മാഗാന്ധിയെ ഇടപെടുത്തി സർ സി പിയെ അനുനയിപ്പിക്കാൻ ഒരു ശ്രമം സി പി മാത്തനും കെ സി മാമ്മൻ മാപ്പിളയും കൂടി നടത്തി. സി പി മാത്തന്റെ വക്കീലായ കെ പി എബ്രഹാമും കുടുംബ സുഹൃത്തായ എ എ പോളും കൂടി മഹാത്മാഗാന്ധിയെ ചെന്നു കണ്ടു. എന്നാൽ അവിടെയും സർ സി പി ബാങ്കിനെതിരെ കുപ്രചരണങ്ങൾ നടത്തിയിരുന്നു. ബാങ്കിന്റെ നടത്തിപ്പുകാർ കടുത്ത ബ്രിട്ടീഷ് പക്ഷപാതികൾ ആണെന്നായിരുന്നു സർ സി പി മഹാത്മാഗാന്ധിയെ ധരിപ്പിച്ചിരുന്നത്. മഹാത്മാഗാന്ധി മുൻവിധിയോടുകൂടിയാണ് ഈ പ്രശ്നത്തെ സമീപിച്ചത്. ഇന്ത്യയുടെ സ്വാതന്ത്ര്യസമരത്തിൽ പലർക്കും ഒഴിച്ചുകൂടാനാവാത്ത നഷ്ടങ്ങൾ സംഭവിക്കുമെന്നും വിജയത്തിനു മുമ്പായി പല ആളുകളും സ്ഥാപനങ്ങളും പൊടിഞ്ഞ് തരിപ്പണമാകുമെന്നും ഉപദേശിച്ച് ഗാന്ധിജി അവരെ യാത്രയാക്കി.

മദ്രാസ് ഹൈക്കോടതി

തിരുവിതാംകൂറിൽ കേസ് നടത്തിയാൽ ബാങ്ക് ഡയറക്ടർമാർ അറസ്റ്റ് ചെയ്യപ്പെടുകയും ശിക്ഷിക്കപ്പെടുകയും ചെയ്യുമെന്ന് ഉറപ്പായിരുന്നു. അതുകൊണ്ട് കേസിന്റെ നടത്തിപ്പ് ബ്രിട്ടീഷ് ഇന്ത്യയിൽ എവിടെയെങ്കിലും വച്ചായിരിക്കുന്നത് നന്നായിരിക്കുമെന്ന് നടത്തിപ്പുകാർക്ക് തോന്നി. ഇതിനുവേണ്ടി മാമ്മൻ മാപ്പിളയും സി പി മാത്തനും മദ്രാസ് കോടതികളെ സമീപിക്കാൻ തീരുമാനിച്ചു. എന്നാൽ മദ്രാസ് കോടതിയിലെ പേരുകേട്ട വക്കീലന്മാരാരും ബാങ്കിന്റെ കേസ് നടത്താൻ തയാറായില്ല. ന്യൂജൻഡ് ഗ്രാൻഡ്, അല്ലാടി കൃഷ്ണസ്വാമി തുടങ്ങിയ പ്രഗത്ഭർ കേസ് വാദിക്കാമെന്ന് ഏറ്റിരുന്നെങ്കിലും അവർ വാങ്ങിച്ച പണം തിരികെ കൊടുത്ത് വക്കാലത്ത് ഒഴിയുകയാണുണ്ടായത്. സർ സി പി തന്നെ മദ്രാസ് ഹൈക്കോടതിയിലെ ഏറ്റവും പ്രസിദ്ധനായ വക്കീലായിരുന്നു. അതുകൊണ്ട് മദ്രാസ് കോടതികളിലെ വക്കീലന്മാരെ സ്വാധീനിക്കാൻ ഒരു പ്രയാസവും ഇല്ലായിരുന്നു. എങ്കിലും മദ്രാസ് കോടതിയിൽ അന്ന് അത്ര അറിയപ്പെടാത്ത ഒരു വക്കീലായിരുന്ന രങ്കസ്വാമി, സി പി മാത്തന്റെയും മാമ്മൻ മാപ്പിളയുടെയും കേസ് വാദിക്കാമെന്ന് ഏറ്റു പിന്നീട് അറിയപ്പെട്ട കോൺഗ്രസ് പ്രവർത്തകൻകൂടിയായ മിസ്റ്റർ ഭാഷ്യവും കേസിൽ പ്രതികളെ സഹായിക്കാമെന്ന് ഏറ്റു. എന്നാൽ കേസ് ഡിവിഷൻ ബഞ്ചിലും ഫുൾ ബഞ്ചിലും തള്ളപ്പെട്ടു.

ബ്രിട്ടീഷ് പ്രിവി കൗൺസിൽ

മദ്രാസ് ഹൈക്കോടതിയുടെ പ്രതികൂല വിധിയെത്തുടർന്ന് ബ്രിട്ടീഷ് കോടതിയെ സമീപിച്ച് ഒരു ശ്രമം നടത്താമെന്ന് ഡയറക്ടർമാർ തീരുമാനിച്ചു. ബ്രിട്ടീഷ് നീതിന്യായ വ്യവസ്ഥ നിഷ്പക്ഷതയ്ക്കും ന്യായത്തിനും കീർത്തികേട്ട ഒരു സ്ഥാപനമാണ്. അതുകൊണ്ട് തങ്ങൾക്ക് അനുകൂലമായ് വിധി ബ്രിട്ടീഷ് പ്രിവി കൗൺസിലിൽനിന്നും ഉണ്ടാകുമെന്നുള്ള ഒരു വിശ്വാസം ഡയറക്ടർമാർക്ക് ഉണ്ടായിരുന്നു. സി പി മാത്തന്റെ മകൻ പൗലൂസ് മാത്തന്റെ സ്നേഹിതനായ ഗോവിന്ദസ്വാമിനാഥനാണ് പ്രിവി കൗൺസിലിൽ അപ്പീൽ ബോധിപ്പിക്കാനുള്ള കാര്യങ്ങൾ ചെയ്തത്. (ക്യാപ്റ്റൻ ലക്ഷ്മിയുടെ സഹോദരനാണ് ഗോവിന്ദസ്വാമിനാഥൻ). ലണ്ടനിൽ ബാങ്കിനു വേണ്ടി കേസ് വാദിക്കുന്നതിനുവേണ്ടി പ്രസിദ്ധ അഭിഭാഷകനായ ഡി എൽ പ്രിറ്റിനെയാണ്* എർപ്പെടുത്തിയിരുന്നത്. തിരുവിതാംകൂർ സർക്കാരിനെ സഹായിക്കുന്നതിന് പൊളിറ്റിക്കൽ ഏജന്റ് മിസ്റ്റർ സ്ക്രൈൻ ലണ്ടനിൽ എത്തിച്ചേർന്നിരുന്നു. അദ്ദേഹം ഈ കേസ് തീരുന്നതുവരെ ലണ്ടനിൽ ഉണ്ടായിരുന്നു. ബാങ്കിനെ സഹായിക്കാൻ സി പി മാത്തന്റെ മകൻ പൗലൂസ് മാത്തനും ലണ്ടനിൽ ഉണ്ടായിരുന്നു. ബ്രിട്ടീഷ് ഭരണത്തിനെതിരെ ഇന്ത്യയിൽ ശക്തമായ പ്രക്ഷോഭം നടന്നുകൊണ്ടിരുന്ന കാലമായിരുന്നു അത്. അന്ന് സർ സി പി സ്വീകരിച്ചിരുന്ന നയം ബ്രിട്ടീഷ് സാമ്രാജ്യത്വ ഭരണത്തെ പ്രോത്സാഹിപ്പിക്കുന്ന തരത്തിലുള്ളതായിരുന്നു. അതുകൊണ്ട് പ്രിവി കൗൺസിൽ വിധി സർ സി പിക്ക് യാതൊരു നീരസവും ഉണ്ടാകാത്ത തരത്തിലായിരുന്നു. ഓരോ നാട്ടുരാജ്യവും സ്വതന്ത്രമാണെന്നും ആ നാട്ടുരാജ്യത്തിലുള്ള കേസുകൾ കേട്ട് തീർപ്പാക്കാനുള്ള മുഴുവൻ അധികാരവും ആ നാട്ടുരാജ്യത്തിലെ കോടതിക്കാണെന്നും അതുകൊണ്ട് ബാങ്കിന്റെ കേസ് തള്ളുകയാണെന്നും പ്രിവി കൗൺസിൽ വിധിച്ചു.

വി കെ കൃഷ്ണമേനോൻ

ട്രാവൻകൂർ നാഷണൽ ആന്റ് ക്വയിലോൺ ബാങ്കിന്റെ കേസ് ലണ്ടനിലുള്ള പ്രിവി കൗൺസിൽ കേട്ടപ്പോൾ സി പി മാത്തന് വേണ്ടി കേസ് വാദിച്ചത് വി കെ കൃഷ്ണ മേനോനായിരുന്നു. മേനോനുമായുള്ള ഈ അടുപ്പം സി പി മാത്തന് പിന്നീട് പലതരത്തിലും പ്രയോജനപ്പെട്ടു. ഒന്നാം ലോകസഭ തിരഞ്ഞെടുപ്പിൽ മാത്തന് തിരുവല്ലയിൽ കോൺഗ്രസ് സ്ഥാനാർത്ഥിത്വം ലഭിച്ചത് കൃഷ്ണമേനോന്റെ സ്വാധീനംമൂലമാണ്. പ്രസിദ്ധനായ വി പി മേനോൻപോലും ഒരു കോൺഗ്രസ് സ്ഥാനാർത്ഥിത്വത്തിന് വേണ്ടി ശ്രമിച്ച് പരാജയപ്പെട്ടപ്പോൾ ഒരു രാഷ്ട്രീയക്കാരനേയല്ലാത്ത

* ഇദ്ദേഹത്തെയാണ് വിദ്യാഭ്യാസ ബില്ലിനെതിരായ കേസിൽ ഗവൺമെന്റിനു വേണ്ടി വാദിക്കാൻ 1959 ൽ ഇ എം എസ് മന്ത്രിസഭ കൊണ്ടുവന്നത്.

മാത്തൻ കോൺഗ്രസ് സ്ഥാനാർത്ഥിത്വം നേടിയെടുത്തത് അത്ഭുതവും ആദരവും ഉളവാക്കിയ സംഭവമാണ്.

സി എഫ് ആൻഡ്രൂസ്

ഒറ്റപ്പെടുത്തലിന്റെയും തിരസ്കാരത്തിന്റെയും ആ നാളുകളിൽ ബാങ്ക് ഡയറക്ടർമാരോട് അനുഭാവം പുലർത്തിയത് വെള്ളക്കാരായ കുറേ മിഷ്യനറിമാരും സി എഫ് ആൻഡ്രൂസിനെപ്പോലെയുള്ള ചുരുക്കം ചില ഇന്ത്യൻ ദേശീയ വാദികളുമായിരുന്നു. സി എഫ് ആൻഡ്രൂസ് ബാങ്കിനെ രക്ഷിക്കാൻ തന്നാൽ ആവുന്നതെല്ലാം ചെയ്യാൻ ശ്രമിച്ച ഒരാളാണ്. അറസ്റ്റ് ചെയ്യപ്പെട്ടശേഷം മാമ്മൻ മാപ്പിള ചികിത്സാസംബന്ധമായി മദ്രാസ് ജനറൽ ഹോസ്പിറ്റലിലായിരുന്നു. സി എഫ് ആൻഡ്രൂസ് ഹോസ്പിറ്റലിൽ വരുകയും മാമ്മൻ മാപ്പിളയെ ധൈര്യപ്പെടുത്തുകയും ആശ്വസിപ്പിക്കുകയും ചെയ്തു. മദ്രാസ് സന്ദർശനം കഴിഞ്ഞ് തിരുവിതാംകൂറിലേക്ക് പോയി സ്റ്റേറ്റ് കോൺഗ്രസ് നടത്തുന്ന സമരവും ബാങ്ക് തകർക്കപ്പെട്ട സാഹചര്യവും എല്ലാം മനസ്സിലാക്കണമെന്ന് അദ്ദേഹത്തിന് ആഗ്രഹമുണ്ടായിരുന്നു. എന്നാൽ മദ്രാസിലെ കോൺഗ്രസ് നേതാക്കന്മാരുമായി സംസാരിച്ചപ്പോൾ തന്നെ മദ്രാസിലെയും തിരുവിതാംകൂറിലെയും കോൺഗ്രസ് നേതാക്കൾ ബാങ്കിന് എതിരാണെന്ന് മനസ്സിലായി. തന്റെ തിരുവിതാംകൂർ സന്ദർശനംകൊണ്ട് ബാങ്കിന് കൂടുതൽ ദോഷം വരുമെന്ന് മനസ്സിലാക്കിയ സി എഫ് ആൻഡ്രൂസ് സന്ദർശനം മതിയാക്കി ഡൽഹിയിലേക്ക് മടങ്ങി. വിടവാങ്ങൽ സമയത്ത്, സമയം വരുമ്പോൾ താൻ ബാപ്പുജിയോട് (ഗാന്ധിജിയോട്) എല്ലാ കാര്യങ്ങളും അറിയിക്കാമെന്ന് ഏറ്റു. സി എഫ് ആൻഡ്രൂസ് ഡൽഹിയിൽ എത്തി വൈസ്രോയി ലിൻലിത്ഗോ പ്രഭുവിനെ കണ്ട് കാര്യങ്ങൾ ധരിപ്പിച്ചു. ബാങ്ക് പൊളിച്ചതിന് പിന്നിൽ സർ സി പിയുടെ കൈയുണ്ടെന്നും ഡയറക്ടർമാരെ വിസ്തരിക്കാൻ തിരുവിതാംകൂർ കോടതിക്ക് വിട്ടുകൊടുക്കരുതെന്നും ബ്രിട്ടീഷ് ഇന്ത്യയിൽവച്ചുതന്നെ വിസ്തരിക്കണമെന്നാണ് ഡയറക്ടർമാർ ആഗ്രഹിക്കുന്നതെന്നും അദ്ദേഹം വൈസ്രോയിയെ അറിയിച്ചു. സി എഫ് ആൻഡ്രൂസിന്റെ ആവശ്യങ്ങളോട് വൈസ്രോയി അനുഭാവം പ്രകടിപ്പിച്ചു. എന്നാൽ അതുകൊണ്ട് പ്രയോജനമുണ്ടായില്ല. നാട്ടുരാജ്യങ്ങളുടെ മേധാവി സർ, ബർട്രാൻഡ് ഗ്ലാൻസി വൈസ് റോയിയുടെ അഭിപ്രായത്തോട് യോജിച്ചില്ല. ഗ്ലാൻസിയെ സി പി നേരത്തെതന്നെ വശത്താക്കിയിരുന്നു. അധികം താമസിയാതെ ആൻഡ്രൂസ് രോഗശയ്യയിലായി, കൽക്കത്ത ആശുപത്രിയിൽ പ്രവേശിപ്പിക്കപ്പെട്ടു. ബാങ്കിനെ രക്ഷിക്കുന്നതിന് വളരെയധികം കാര്യങ്ങൾ ചെയ്യുന്നതിന് അദ്ദേഹത്തിന് ആഗ്രഹമുണ്ടായിരുന്നെങ്കിലും ഒന്നും ചെയ്യാൻ സാധിച്ചില്ല. എങ്കിലും ബാങ്കിന് വേണ്ടി അവസാന നിമിഷംവരെയും പ്രാർത്ഥിച്ചുകൊണ്ടിരുന്നു. കൂടാതെ കൽക്കട്ടയിലെ പ്രസിദ്ധ ബാരിസ്റ്റർ ബാർവെൽ സായിപ്പിനെ ബാങ്കിനു വേണ്ട സഹായങ്ങൾ ചെയ്യുന്നതിന് വേണ്ടി ഏർപ്പാടാക്കുകയും ചെയ്തു.

ധീരനായ നാട്ടുമെത്രാൻ

സർ സി പി രാമസ്വാമി അയ്യരെ പ്രീണിപ്പിക്കാൻ ക്രൈസ്തവ മെത്രാന്മാർ മത്സരിച്ചിരുന്ന ഒരു കാലമായിരുന്നു അത്. അന്ന് വിദ്യാഭ്യാസ മേഖല കൈയടക്കി വച്ചിരുന്നത് ക്രിസ്ത്യാനികൾ പ്രത്യേകിച്ചും കത്തോലിക്കർ ആയിരുന്നു. ആയിടെയാണ് സർ സി പിയുടെ വിവാദമായിത്തീർന്ന പ്രൈമറി വിദ്യാഭ്യാസ ദേശസാൽക്കരണം എന്ന വാള് ക്രൈസ്തവലോകത്തെ ഒന്നാകെ വിറപ്പിച്ചത്. ക്രൈസ്തവ മെത്രാന്മാർ സർ സി പി ക്ക് എതിരായി സംഘടിതരായി നീങ്ങിയെങ്കിലും സി പി യെ അനുനയിപ്പിക്കുന്നതാണ് കൂടുതൽ നല്ലതെന്ന് മനസ്സിലാക്കി അതിനുള്ള ശ്രമങ്ങൾ നടത്തിക്കൊണ്ടിരുന്നു. അപ്പോഴാണ് സർ സി പിയുടെ ഷഷ്ട്യബ്ദപൂർത്തി നാടെങ്ങും പൊടിപൊടിച്ച് ആഘോഷിച്ചു തുടങ്ങിയത് 1939 ൽ ആയിരുന്നു അത്. ഷഷ്ട്യബ്ദപൂർത്തിയോടനുബന്ധിച്ച് ഒരു വർഷം നീണ്ടുനിന്ന ആഘോഷ പരിപാടികൾ തിരുവിതാംകൂറിൽ ആസൂത്രണം ചെയ്യപ്പെട്ടിരുന്നു. സി പി തന്നെയാണ് ആഘോഷ പരിപാടികൾക്ക് നേതൃത്വം നല്കിയത്. തിരുവിതാംകൂറിന്റെ ഓരോ മുക്കുംമൂലയും കൊടിതോരണങ്ങൾ കൊണ്ട് അലങ്കരിക്കുകയും സി പി ക്ക് സ്വീകരണങ്ങൾ നല്കുകയും പൊന്നാട അണിയിക്കുകയും മംഗളപത്രങ്ങൾ സമർപ്പിക്കുകയും ചെയ്തു. തിരുവിതാംകൂർ ഉത്സവ ലഹരിയിൽ ആയിരുന്നു. മെത്രാന്മാരും ഈ അവസരം പാഴാക്കിയില്ല. പല ക്രൈസ്തവ ദേവാലയങ്ങളിലും സർ സി പിയെ ക്ഷണിച്ചു വരുത്തുകയും മംഗളപത്രം സമർപ്പിക്കുകയും ചെയ്തു. ഇന്ന് ഏഷ്യയിലെ ഏറ്റവും വലിയ വിദ്യാഭ്യാസ സ്ഥാപനമായ പട്ടം സെന്റ് മേരീസ് ഹയർ സെക്കന്ററി സ്കൂളിന്റെ അന്നത്തെ പേര് സചിവോത്തമ ഡോ. സർ സി പി രാമസ്വാമി അയ്യർ ഷഷ്ട്യബ്ദപൂർത്തി മെമ്മോറിയൽ ഇംഗ്ലീഷ് ഹൈസ്കൂൾ എന്നായിരുന്നു. മാർ ഈവാനിയോസ് ആണ് ഈ വിദ്യാലയം പണി കഴിപ്പിച്ചത്. സർ സി പി യെ പ്രീണിപ്പിക്കാൻ ക്രൈസ്തവ മെത്രാന്മാർ നെട്ടോട്ടം ഓടിയിരുന്ന അക്കാലത്ത് അതിൽ നിന്നെല്ലാം ഒഴിഞ്ഞ് മാറി സർ സി പിയുടെ ഇഷ്ടനിഷ്ടങ്ങളെയൊന്നും ഗണ്യമാക്കാതെ ധീരവും സ്വതന്ത്രവുമായ ഒരു നിലപാട് സ്വീകരിച്ച ഒരു മെത്രാനാണ് പിന്നീട് മാർത്തോമാ സഭയുടെ പരമാദ്ധ്യക്ഷനായിത്തീർന്ന എബ്രഹാം മാർത്തോമാ വലിയ മെത്രാപ്പൊലീത്താ. ബാങ്ക് പൂട്ടിക്കിടന്നിരുന്ന സമയത്ത് അദ്ദേഹം സഫ്രഗൻ (രണ്ടാമൻ) മെത്രാപ്പൊലീത്താ ആയിരുന്നു. അദ്ദേഹം കേസിലെ പ്രതികളെ ജയിലിൽപ്പോയി കാണുകയും ആശ്വസിപ്പിക്കുകയും ധൈര്യം പകരുകയും ചെയ്തു.

കൂടാതെ മാർത്തോമാ സഭയുടെ കൗൺസിൽ സർ സി പിയുടെ ഏകാധിപത്യഭരണത്തിനെതിരായി ഒരു പ്രമേയം പാസാക്കുകയും ചെയ്തു.

എഗ്മൂർ പൊലീസ് ലോക്കപ്പിൽ

1938 ജൂൺ മാസത്തിലാണ് ബാങ്ക് പൂട്ടിയത്. 1938 ഒക്ടോബർ മാസത്തിൽ ബാങ്ക് ഡയറക്ടർമാർ അറസ്റ്റ് ചെയ്യപ്പെട്ടു. അന്ന് സി പി മാത്തനും കെ എം ഈപ്പനും കെ സി മാമ്മൻ മാപ്പിളയും മദ്രാസിൽ താമസമായിരുന്നു. ബാങ്കിന്റെ സെക്രട്ടറിയായിരുന്ന കെ വി വറുഗീസ് അപ്പോൾ ബാങ്കിന്റെ കേസുമായി ബന്ധപ്പെട്ട് സി പി മാത്തനോടൊന്നിച്ചായിരുന്നു താമസം. ഒക്ടോബർ മാസത്തിൽ ഒരു ദിവസം പൊലീസുകാർ പ്രതികളെ അറസ്റ്റ് ചെയ്യാൻ വാറന്റുമായി വന്നു. തടവുകാരെ ഉടൻ തിരുവിതാംകൂറിലേക്ക് അയയ്ക്കുവാൻ പൊലീസുകാർ ധൃതികൂട്ടി. കാരണം അതിന്റെ അടുത്ത ദിവസമായിരുന്നു തിരുവിതാംകൂർ മഹാരാജാവിന്റെ പിറന്നാൾ. പിറന്നാൾ ആഘോഷങ്ങളിൽ ഒന്ന്, ബാങ്ക് ഡയറക്ടർമാർ സാധാരണ ക്രിമിനൽ തടവുകാരെപ്പോലെ തിരുവിതാംകൂറിൽ ഉണ്ടായിരിക്കുക എന്നുള്ളതായിരുന്നു. ഇത് സർ സി പിയുടെ തീരുമാനവും ആഗ്രഹവുമായിരുന്നു. ഡയറക്ടർമാരെ തിരുവിതാംകൂറിലേക്ക് കൊണ്ടുപോകുന്നതിന് മുമ്പായി ചില നിയമ നടപടികൾ പൂർത്തീകരിക്കേണ്ടതുണ്ടായിരുന്നു. പ്രതികളെ മജിസ്ട്രേട്ടിന് മുമ്പിൽ ഹാജരാക്കി ഉത്തരവ് വാങ്ങി വേണം തിരുവിതാംകൂറിലേക്ക് അയയ്ക്കുക. എന്നാൽ എന്തോ കാരണവശാൽ അന്ന് മജിസ്ട്രേട്ടിനെ കിട്ടാതെ വന്നതുകൊണ്ട് പ്രതികളെ എഗ്മൂർ പൊലീസ് സ്റ്റേഷൻ ലോക്കപ്പിലടയ്ക്കേണ്ടി വന്നു. ലോക്കപ്പിലേക്കു കൊണ്ടുപോയ തടവുകാർക്ക് കിടക്കുവാനും മറ്റുമുള്ള യാതൊരു സൗകര്യവും ഇല്ലായിരുന്നു. വെറും തറയിൽ തണുപ്പും ഏറ്റ് ഒരു പായ് പോലും ഇല്ലാതെയുള്ള ആ കിടപ്പ് വർണ്ണിക്കാൻ ആർക്കും കഴിയുകയില്ല. ആ സമയത്ത് കെ സി മാമ്മൻ മാപ്പിളക്ക് 65 വയസ്സ് പ്രായമുണ്ടായിരുന്നു. അദ്ദേഹം രോഗിയും ആയിരുന്നു. അറസ്റ്റ് ചെയ്യുന്നതിന് വേണ്ടി മദ്രാസ് പൊലീസ് വീട്ടിൽ എത്തുമ്പോൾ അർശ്ശസ് രോഗിയായിരുന്ന മാമ്മൻ മാപ്പിളയുടെ വേദനാ ശമനത്തിന് ചൂടുപിടിക്കുന്നതിനായി തിളപ്പിച്ച വെള്ളവും റബ്ബർ സഞ്ചിയുമായി അദ്ദേഹത്തിന്റെ ഭാര്യ ഒരുങ്ങുകയായിരുന്നു. എന്നാൽ അതിനൊന്നും ഉള്ള സാവകാശം കിട്ടിയില്ല. ആ രംഗം മാമ്മൻ മാപ്പിള ഇങ്ങനെ അനുസ്മരിക്കുന്നു. “എന്റെ ജീവിതത്തിലെ ഏറ്റവും അവിസ്മരണീയമായ ഒരു രംഗമാണത്. അഗാധമായ മനോവേദനയോടും ശരീരക്ലേശത്തോടും കൂടി മൂകമായ ആ വീടിനോട് വിട വാങ്ങി ജയിലിലേക്ക് യാത്രയായ എന്നെ നോക്കി, ഒരു ശിലാസ്തംഭം പോലെ നിന്ന എന്റെ പത്നി ഇപ്പോഴും എന്റെ മനോമുകുരത്തിൽ പ്രതിഫലിക്കുന്നു.”

പ്രതികളെ തിരുവനന്തപുരത്തേക്ക് കൊണ്ടുവന്നു. മഹാരാജാവിന്റെ ജന്മദിനത്തിന് പ്രതികളെ തിരുവനന്തപുരത്ത് എത്തിക്കണമെന്ന സർ സി പിയുടെ ആഗ്രഹം പല നിയമക്കുരുക്കിലും പെട്ട് നടക്കാതെ പോയി. 1939 ഏപ്രിൽ 4–ാം തീയതി നാല് പ്രതികളെ –അതായത്– കെ സി മാമ്മൻ മാപ്പിള, സി പി മാത്തൻ, കെ എം ഈപ്പൻ, കെ വി വറുഗീസ് എന്നിവരെ

സി പി മാത്തൻ ജയിലിൽ

എഗ്മൂർ റെയിൽവേ സ്റ്റേഷനിൽനിന്നും ഒരു സാർജന്റിന്റെ മേൽനോട്ടത്തിൽ മജിസ്ട്രേട്ടിന്റെ ഉത്തരവോടെ തിരുവനന്തപുരത്തേക്ക് കൊണ്ടുവന്നു. എഗ്മൂർ സ്റ്റേഷനിൽനിന്നും വണ്ടി പുറപ്പെടുമ്പോൾ അനേകം സുഹൃത്തുക്കളും ബന്ധുക്കളും അവിടെ തടിച്ചുകൂടിയിരുന്നു. എന്നാൽ പ്ലാറ്റ്ഫോമിലേക്ക് ആരെയും പ്രവേശിപ്പിക്കാതിരുന്നതിനാൽ പലരും താംബരത്തേക്ക് ടിക്കറ്റ് എടുത്താണ് റെയിൽവേ പ്ലാറ്റ്ഫോമിൽ കയറിയത്. വണ്ടി താബരം സ്റ്റേഷനിൽ എത്തിച്ചേർന്നപ്പോൾ മദ്രാസ് ക്രിസ്ത്യൻ കോളേജിലെ കുട്ടികൾ അടക്കം ഒരു വലിയ ജനക്കൂട്ടം അവിടെയും എത്തിച്ചേർന്നിരുന്നു. (കെ സി മാമ്മൻ മാപ്പിളയുടെ മകൻ കെ എം മാത്യു അന്ന് മദ്രാസ് ക്രിസ്ത്യൻ കോളേജിലെ വിദ്യാർത്ഥിയായിരുന്നു)

അബ്ദുൾ കരീമിന്റെ അപമാനിക്കാനുള്ള ശ്രമങ്ങൾ

തടവുകാരുമായി എഗ്മൂർ സ്റ്റേഷനിൽനിന്നും പുറപ്പെട്ട ട്രെയിൻ പിറ്റേദിവസം ഉച്ചയ്ക്ക് ചെങ്കോട്ടയിൽ എത്തി. അപ്പോൾ ഒരു പറ്റം തിരുവിതാംകൂർ പൊലീസുകാർ ട്രെയിനിൽ കയറി തടവുകാരെ തിരുവനന്തപുരത്തേക്ക് കാറിൽ കൊണ്ടുപോകുന്നതിന് വേണ്ടി തങ്ങൾക്ക് വിട്ടുതരണമെന്ന് തടവുകാരുടെ ചാർജ്ജുള്ള ബ്രിട്ടീഷുകാരനായ സാർജന്റിനോട് ആവശ്യപ്പെട്ടു. എന്നാൽ ഈ മുൻ സൈനികോദ്യോഗസ്ഥൻ അസാധാരണമായ ധീരതയുള്ള ഒരാൾ ആയിരുന്നു. തടവുകാരെ പ്രദർശനവസ്തുക്കളാക്കി പൊതുജനമദ്ധ്യത്തിൽ അവഹേളിക്കുന്നതിന് തിരുവിതാംകൂർ പൊലീസ് സി പി യുടെ നിർദ്ദേശപ്രകാരവും ഐ ജി അബ്ദുൾ കരീമിന്റെ ഒത്താശയോടും കൂടി കളിക്കുന്ന ഒരു നാടകമാണെന്ന് സാർജന്റിനു മനസ്സിലായി. തടവുകാരെ ട്രയിനിൽ തിരുവനന്തപുരത്ത് മജിസ്ട്രേറ്റിന്റെ [illegible] ഉത്തരവാദിത്വത്തിൽ എത്തിക്കണമെന്നാണ് തനിക്ക് കിട്ടിയിരിക്കുന്ന ഉത്തരവ് എന്നും തടവുകാരെ മറ്റാർക്കും കൈമാറാൻ ആരും തന്നെ ചുമതലപ്പെടുത്തിയിട്ടില്ലെന്നും തനിക്ക് കിട്ടിയിരിക്കുന്ന ഉത്തരവിൽനിന്ന് അണുവിടപോലും വ്യതിചലിക്കാൻ താൻ തയ്യാറല്ലെന്നും പൊലീസ് അധികാരികളെ സാർജന്റ് അറിയിച്ചതോടെ പ്രതികളെ പരസ്യമായി അപമാനിക്കാനുള്ള ശ്രമം പാളിപ്പോയി.

മജിസ്ട്രേറ്റു മുമ്പാകെ

തടവുകാരെ മജിസ്ട്രേറ്റിന്റെ മുമ്പിൽ ഹാജരാക്കി. മജിസ്ട്രേറ്റ് അവരെ പൂജപ്പുര സെൻട്രൽ ജയിലിലേക്ക് അയച്ചു.

മജിസ്ട്രേട്ടു കോടതിയിൽ

ജയിലിൽനിന്നും ജാമ്യത്തിലിറങ്ങുവാനുള്ള ശ്രമങ്ങളാണ് തടവുകാർ ആദ്യം ചെയ്തത്. അതിന് യോഗ്യനായ ഒരു വക്കീലിനെ കിട്ടണമല്ലോ. എന്നാൽ തടവുകാർക്കുവേണ്ടി മജിസ്ട്രേട്ടു കോടതിയിൽ ഹാജരാകാൻ

വക്കീലന്മാരാരും മുമ്പോട്ടുവന്നില്ല. തിരുവിതാംകൂറിൽ അനേകം പ്രഗത്ഭരായ വക്കീലന്മാരുണ്ടായിരുന്നെങ്കിലും അവരാരുംതന്നെ സി പിയുടെ അപ്രീതി സമ്പാദിക്കാൻ തയ്യാറായിരുന്നില്ല. കേസിന്റെ അവസാനഘട്ടം വരെയും വക്കീലിനെ തേടിയുള്ള അലച്ചിൽ തുടർന്നു. അവസാനം ജാമ്യാപേക്ഷ നല്കാൻ തയ്യാറായി കെ സി ചാക്കോ എന്ന വക്കീൽ മുമ്പോട്ടു വന്നു. എന്നാൽ ജില്ലാ മജിസ്ട്രേട്ടിന്റെ വിധി ഡയറക്ടർമാർക്ക് എതിരായിരുന്നു. അങ്ങനെ ഡയറക്ടർമാർ വീണ്ടും ജയിലിലടയ്ക്കപ്പെട്ടു.

സെഷൻസ് കേസിനുള്ള വകുപ്പുകളാണ് പ്രതികളുടെ മേൽ ചുമത്തിയിരുന്നത്. ആദ്യം മജിസ്ട്രേട്ടു കോടതിയിൽ വാദം ആരംഭിച്ചു. തിരുവിതാംകൂർ സർക്കാരിനുവേണ്ടി വാദിക്കാൻ മദ്രാസിൽനിന്നും ന്യൂജൻഡ് ഗ്രാൻഡ് എന്ന പ്രസിദ്ധ വക്കീലും അദ്ദേഹത്തെ സഹായിക്കുവാൻ കെ ജി കുഞ്ഞുകൃഷ്ണപിള്ള വക്കീലും ഹാജരായി. ബാങ്കിന്റെ പുനരുദ്ധാരണ പരിശ്രമങ്ങൾ നടന്നിരുന്ന സമയത്ത് ഈ ന്യൂജൻഡ് ഗ്രാൻഡ് തന്നെയാണ് ബാങ്കിന് വേണ്ടി കേസ് വാദിക്കുന്നതിന് നല്ലയൊരു തുക ഫീസായി വാങ്ങിയത്. എന്നാൽ സി പിയുടെ സമ്മർദ്ദത്തിന് വഴങ്ങി അദ്ദേഹം വാങ്ങിയ ഫീസ് തിരികെ കൊടുത്ത് കേസിൽനിന്നും തലയൂരുകയാണുണ്ടായത്. സി പി മാത്തനു വേണ്ടി കേസ് വാദിക്കാൻ വന്നത് അഡ്വ. കെ പി എബ്രഹാം ആണ്.

മറ്റു ഡയറക്ടർമാർക്കു വേണ്ടി വക്കീലന്മാരെ കണ്ടെത്താനുള്ള ശ്രമമായി. അവസാനം കുടുംബസുഹൃത്തായ ഇ ജെ ഫിലീപ്പോസിനെ കണ്ടെത്തി. അദ്ദേഹം അന്ന് തിരുവനന്തപുരം ബാറിൽ പേരെടുത്ത ഒരു വക്കീലായിരുന്നു. മുമ്പൊരദ്ധ്യായത്തിൽ ഇദ്ദേഹത്തെ പരാമർശിച്ചിട്ടുണ്ട്. കെ എം ഈപ്പന്റെ ഭാര്യ സഹോദരനായ ടി കെ ജോസഫും കോടതികാര്യങ്ങളിൽ സഹായിച്ചു. ടി കെ ജോസഫ് പിന്നീട് കേരള ഹൈക്കോടതി ജഡ്ജിയായി. എന്നാൽ പ്രതിഭാഗത്തിനു (സി പി മാത്തൻ ഒഴികെ) വേണ്ടി വാദിച്ച ഏറ്റവും ശക്തമായ അഭിഭാഷകൻ ഏടാമഠം അച്ചുതൻ പിള്ളയായിരുന്നു. അദ്ദേഹം പേരെടുത്ത ഒരു ക്രിമിനൽ വക്കീലായിരുന്നു. അദ്ദേഹത്തെപ്പറ്റി രസകരമായ പല കഥകളും ഉണ്ട്. അത് മറ്റൊരദ്ധ്യായത്തിൽ വിവരിക്കാം.

ദിവാന്റെ ദൂതൻ തടവുകാരെ കാണുന്നു

മജിസ്ട്രേട്ട് കോടതിയിൽനിന്ന് വിചാരണത്തടവുകാരായി സെൻട്രൽ ജയിലിലേക്ക് അയയ്ക്കപ്പെട്ടതിന്റെ പിറ്റേദിവസം തടവുകാർക്ക് ദിവാന്റെ പക്കൽ നിന്നൊരു സന്ദേശവുമായി ഈ ജോൺ ഫിലിപ്പോസ് എത്തി. തടവുകാരെ അറിയിക്കാൻ ദിവാൻ ഏല്പിച്ച സന്ദേശമായിരുന്നു അത്. തടവുകാർ പരസ്യമായി കുറ്റം സമ്മതിക്കാൻ തയ്യാറായാൽ ഡിസ്ട്രിക്ട് മജിസ്ട്രേറ്റ് നാമമാത്രമായ ഒരു ശിക്ഷ വിധിക്കും. അതേത്തുടർന്ന് പ്രതികൾ എല്ലാവരും ചേർന്ന് മഹാരാജാവിന് ഒരു ദയാഹർജി സമർപ്പിക്കണം. രാജാവ് ഉടൻതന്നെ ഹർജി സ്വീകരിച്ച് എല്ലാവരെയും കുറ്റ വിമു

ക്തരാക്കും. എന്നാൽ ഈ കാര്യത്തിൽ വീഴ്ച വരുത്തിയാൽ പിന്നീടുള്ള ശിക്ഷ ഏഴുവർഷം കഠിനതടവായിരിക്കും. ഈ ശിക്ഷയെ അതിജീവിക്കാൻ കഴിഞ്ഞാൽതന്നെ പ്രതികൾ ജയിലിൽ നിന്ന് പുറത്തു വരുമെന്ന് ഉറപ്പില്ല.

ദിവാൻ മുന്നോട്ടു വെച്ച വ്യവസ്ഥകൾ സി പി മാത്തൻ ഒറ്റയടിക്ക് തള്ളിക്കളഞ്ഞു. സി പി മുമ്പോട്ടു വെച്ച വ്യവസ്ഥകൾ അംഗീകരിക്കുന്നത് സ്വന്തം അഭിമാനം പണയപ്പെടുത്തുന്നതിന് തുല്യമാണെന്നും സി പി ക്ക് നശിപ്പിക്കാൻ കഴിയാത്തതായി ഇനി അവശേഷിക്കുന്നത് തന്റെ ആത്മാഭിമാനം ഒന്നു മാത്രമാണെന്നും അത് സി പിയുടെ കൈയെത്തുന്നതിനും മുകളിൽ ആണെന്നും സി പി മാത്തൻ ദിവാന്റെ ദൂതനെ അറിയിച്ചു. പ്രതികൾ എല്ലാവരും ചേർന്ന് ക്ഷമാപണം എഴുതിക്കൊടുക്കണമെന്നായിരുന്നു ദിവാന്റെ ആവശ്യം. എന്നാൽ സി പി മാത്തന്റെ കടുത്ത എതിർപ്പുമൂലം ഈ കാര്യത്തിൽ ഒരേ അഭിപ്രായത്തിൽ എത്തിച്ചേരുവാൻ പ്രതികൾക്ക് കഴിഞ്ഞില്ല. അതുകൊണ്ട് ദിവാൻ മുമ്പോട്ടു വച്ച സൗജന്യം ദിവാൻ തന്നെ പിൻവലിച്ചു.

കേസ് സെഷൻസ് കോടതിയിൽ

വിസ്തരിച്ചു കഴിഞ്ഞ് കേസ് സെഷൻസ് കോടതിയിലേക്ക് കമ്മിറ്റ് ചെയ്തു. സെഷൻസ് കോടതിയിൽ പ്രതികൾക്കെല്ലാവർക്കുംകൂടി ഒരു പൊതു വക്കീലിനെ ഏർപ്പാടു ചെയ്യാമെന്നാണ് ആദ്യം കരുതിയത്. എന്നാൽ പ്രതികൾ തമ്മിലുള്ള അഭിപ്രായഭിന്നതകൊണ്ട് പൊതു വക്കീൽ എന്ന ആശയം ഉപേക്ഷിക്കേണ്ടി വന്നു. സർ സി പിയോടു സ്വീകരിക്കേണ്ട നിലപാട് സംബന്ധിച്ചാണ് അഭിപ്രായ വ്യത്യാസം ഉടലെടുത്തത്. ബാങ്ക് പൊളിയാൻ കാരണക്കാരൻ സർ സി പി യാണെന്ന വാദത്തിന്മേൽ ഉറച്ചു നിന്നുകൊണ്ടുവേണം നിയമ യുദ്ധം നടത്താൻ എന്ന പക്ഷക്കാരനായിരുന്നു സി പി മാത്തൻ. എന്നാൽ ഈ അഭിപ്രായത്തോട് മറ്റു പ്രതികൾക്ക് യോജിപ്പില്ലായിരുന്നു. സർ സി പി യെ വീണ്ടും പ്രകോപിപ്പിച്ചാൽ കൂടുതൽ നാശനഷ്ടങ്ങൾ വരുത്തുമെന്ന് ഉറപ്പുള്ളതുകൊണ്ട് സി പി ക്കെതിരായ നടപടികളിൽനിന്ന് മാറുന്നതാണ് ബുദ്ധിയെന്നായിരുന്നു കൂട്ടുപ്രതികളുടെ വാദം. ഈ കാര്യത്തിൽ യോജിപ്പിലെത്താൻ കഴിയാത്തതുകൊണ്ട് സി പി മാത്തനുവേണ്ടി വാദിക്കാൻ അദ്ദേഹം പ്രത്യേകം വക്കീലിനെ ഏർപ്പാടു ചെയ്തു.

മറ്റു പ്രതികൾക്കു വേണ്ടി കേസ് വാദിച്ചത് കെ ജി നായർ, കേണൽ ബാർവെൽ എം പി തോമസ്, ടി കെ ജോസഫ്, പി സി കുര്യൻ, ഇ ജെ ഫിലിപ്പോസ്, എടാമഠം അച്ചുതൻ പിള്ള, ഡാനിയേൽ തോമസ് തുടങ്ങിയവരാണ്.

കെ ജി നായർ

ഇദ്ദേഹം മലബാറിലെ മികച്ച സിവിൽ, ക്രിമിനൽ വക്കീലായി പേരെ

ടുത്തിരുന്നു. സർ സി പിയുടെ സമ്മർദ്ദത്തിന് വഴങ്ങി ബാങ്കിന്റെ കേസ് വാദിക്കാൻ വക്കീലന്മാർ മടി കാണിച്ചിരുന്ന ആ കാലത്ത് കെ ജി നായർ ബാങ്കിന്റെ വക്കാലത്ത് സ്വീകരിക്കുകയും തിരുവനന്തപുരത്തുവന്ന് കേസ് നടത്തുകയും ചെയ്തു. എന്നാൽ കേസ് വാദിക്കുന്നതിൽനിന്നും ഇദ്ദേഹത്തെ തടസ്സപ്പെടുത്താൻ കോടതിയിൽ പല വാദങ്ങളും ഉന്നയിക്കപ്പെട്ടു. കെ ജി നായർക്ക് തിരുവിതാംകൂറിൽ കേസ് നടത്തുന്നതിന് ആവശ്യമായ സന്നദില്ലായിരുന്നു എന്നായിരുന്നു ഒരു തടസ്സം. എന്നാൽ ഈ തടസ്സങ്ങളെയെല്ലാം കെ ജി നായർ മറികടന്നു. ഇദ്ദേഹത്തിന്റെ ഓർമ്മശക്തി അപാരമായിരുന്നു. എന്നാൽ ഏതോ കടുത്ത ജീവിത നൈരാശ്യം നിമിത്തം അദ്ദേഹം വക്കീൽപ്പണി ഉപേക്ഷിച്ച് സന്ന്യാസം സ്വീകരിച്ചു.

ഡാനിയേൽ തോമസ്സ്

മദ്രാസ് ബാറിലെ പ്രമുഖ അഭിഭാഷകനായിരുന്നു. 1935 മെയ് മാസം 11-ാം തീയതി കോഴഞ്ചേരി മാത്യൂസ് നഗറിൽ ചേർന്ന അഖില കേരള ക്രൈസ്തവ സഭയുടെ പ്രഥമ സമ്മേളനത്തിൽ അദ്ധ്യക്ഷം വഹിച്ചത് ഡാനിയേൽ തോമസ്സായിരുന്നു. ഈ സമ്മേളനത്തിൽ വച്ചാണ് തിരുവിതാംകൂർ ലജിസ്ലേച്ചർ കൗൺസിൽ പിരിച്ചുവിടണമെന്ന പ്രമേയം ടി എം വർഗ്ഗീസ് അവതരിപ്പിച്ചത്.

മദ്രാസ് സംസ്ഥാനത്തെ ടി പ്രകാശം മന്ത്രിസഭയിൽ (1-5-1946 - 23 -3-1947) തദ്ദേശ സ്വയംഭരണ വകുപ്പ് മന്ത്രിയായിരുന്നു. പിന്നീടു വന്ന രാമസ്വാമി റെഡ്ഡിയാർ മന്ത്രിസഭയിലും (24-3-1947 - 15-6-1948) ഇദ്ദേഹം അംഗമായിരുന്നു. രജിസ്ട്രേഷൻ, ഭവന നിർമ്മാണം, മദ്യ നിരോധനം, എക്സൈസ് തുടങ്ങിയ വകുപ്പുകൾ കൈകാര്യം ചെയ്തു.

കേണൽ ബാർവെൽ

ഇദ്ദേഹം മിലിറ്ററിയിൽനിന്നും പെൻഷൻ പറ്റിയ ഒരു കേണലായിരുന്നു. കൽക്കട്ട ബാറിലെ പ്രശസ്തനായ സിവിൽ വക്കീലായി പേരെടുത്തു. വക്കീലന്മാരും ജഡ്ജിമാരും ഒരുപോലെ ഇദ്ദേഹത്തെ സ്നേഹിച്ചിരുന്നു. വലിയ ധർമ്മിഷ്ഠനായ ഈ അഭിഭാഷകൻ കിട്ടുന്ന പ്രതിഫലത്തിന്റെ നല്ലൊരു ഭാഗം സാധുക്കൾക്ക് ദാനം ചെയ്തിരുന്നു. ഹൈക്കോടതിയിൽ മാമ്മൻ മാപ്പിളയ്ക്ക് വേണ്ടി വാദിച്ചത് ബാർ വെല്ലാണ്.

എടാമഠം അച്ചുതൻപിള്ള

തിരുവിതാംകൂറിലെ ഒന്നാന്തരം ക്രിമിനൽ വക്കീലായി അറിയപ്പെട്ടു. ഇംഗ്ലീഷിന് അതിസമർത്ഥനായിരുന്നു. ബി എ പാസായ ശേഷം ഗവ. പ്രസിൽ ജോലി കിട്ടി. സി വി രാമൻ പിള്ളയായിരുന്നു പ്രസ് സൂപ്രണ്ട്. സി വി പോലും അച്ചുതൻ പിള്ളയുടെ ഭാഷാ പാണ്ഡിത്യം തലകുലുക്കി സമ്മതിച്ചിട്ടുണ്ട്.

ഇദ്ദേഹത്തിന് ഒരു പ്രത്യേക സ്വഭാവം ഉണ്ട്. കോടതിയിൽ പോകുമ്പോൾ മാത്രമേ ഇദ്ദേഹം ഷർട്ട് ധരിക്കാറുള്ളൂ. അല്ലാത്ത അവസരങ്ങളിൽ വെറും മുണ്ടും രണ്ടാംമുണ്ടും മാത്രമാണ് വേഷം. ഒരിക്കൽ ചിറയിൻകീഴ് നിയോജക മണ്ഡലത്തിൽനിന്നും സ്ഥാനാർത്ഥിയായി മത്സരിക്കാൻ സ്നേഹിതർ ഇദ്ദേഹത്തെ നിർബ്ബന്ധിച്ചു. എന്നാൽ ഇദ്ദേഹം അത് വേണ്ടെന്നു വച്ചു. അതിനു പറഞ്ഞ കാരണം നിയമസഭയിൽ പോകണമെങ്കിൽ ഷർട്ട് ഇടേണ്ടിവരും. അദ്ദേഹത്തെപ്പറ്റിയുള്ള മറ്റൊരു ഫലിതം ഇതാണ്.

ഒരുദിവസം അദ്ദേഹം പ്രസിദ്ധ ഫലിത സാഹിത്യകാരനും വക്കീലുമായ ഇ വി കൃഷ്ണപിള്ളയുടെ വീട്ടിൽ കയറിച്ചെന്നു. എന്നിട്ട് ഇങ്ങനെ ചോദിച്ചു. "എടാ നീ തേച്ചു കുളിക്കുമോ?"

ഇ വി "എന്തു വേണം?"

"അല്ല എണ്ണ തേച്ച് കുളിക്കുമ്പോൾ ഉപയോഗിക്കുന്ന കൗപീനം ഉണ്ടെങ്കിൽ അത് എനിക്കിപ്പോൾ ഉപകരിക്കും. എനിക്കൊരു ടൈ വേണം."

സർ സി പിയുടെ തന്ത്രം അനാവരണം ചെയ്യപ്പെടുന്നു

അന്ന് സെഷൻസ് കോടതി ജഡ്ജി കെ ഗോവിന്ദപ്പിള്ളയായിരുന്നു. സി പി മാത്തന്റെ ആശങ്കകൾ ശരിവയ്ക്കുന്ന രീതിയിലായിരുന്നു കോടതിയുടെ പോക്ക്. ബാങ്ക് പൊളിഞ്ഞത് സർ സി പി നടത്തിയ ഗൂഢാലോചനയുടെ ഫലമായിട്ടാണെന്ന വാദം കൊണ്ടുവരാനാണ് പ്രതിഭാഗം ശ്രമിച്ചത്. അതിന് ആവശ്യമായ പല തെളിവുകളും പ്രതിഭാഗം വക്കീലന്മാരുടെ പക്കലുണ്ടായിരുന്നു. അതിൽ ഒന്നാണ് പൊലീസ് കമ്മീഷണർ ആയിരുന്ന പിച്ചു അയ്യർ തന്റെ ഡിപ്പാർട്ടുമെന്റിലെ ഉദ്യോഗസ്ഥന്മാർക്ക് അയച്ച രഹസ്യ സർക്കുലർ. അത് താഴെ ഉദ്ധരിക്കുന്നു.

രഹസ്യം

തിരുവിതാംകൂറിലെ രാഷ്ട്രീയ പ്രവർത്തകരിൽ ടി എം വറുഗീസ്, പട്ടം താണുപിള്ള, സി കേശവൻ, സി പി മാത്തൻ എന്നിവരുടെ നടപടികൾ അടുത്ത് നിരീക്ഷിക്കുകയും വിശദവിവരങ്ങൾ അന്നന്നുതന്നെ റിപ്പോർട്ട് ചെയ്യുകയും വേണം. അവരുടെ പോക്കുവരവുകളും പര്യടനങ്ങളും തിരുവിതാംകൂറിൽ മാത്രമല്ല, പുറത്തെവിടെയാണെങ്കിലും രഹസ്യമായി പിന്തുടരണം.

മദ്രാസിൽ നിന്ന് ലഭിച്ച വിവരങ്ങൾ വച്ചു നോക്കുമ്പോൾ നാഷണൽ ക്വയിലോൺ ബാങ്കിലെ നിക്ഷേപങ്ങളിൽനിന്ന് വൻതുകകൾ പിൻവലിക്കപ്പെട്ടിരിക്കുന്നതുകൊണ്ട് ആ ബാങ്കിന്റെ സാമ്പത്തിക ഭദ്രതയെക്കുറിച്ച് കാര്യമായി സംശയിക്കേണ്ടിയിരിക്കുന്നു. പ്രസ്തുത ബാങ്കുമായി പണമിടപാടുകൾ നടത്തുന്നതിൽ അന്തർഭവിച്ചിരിക്കുന്ന ആപൽസാദ്ധ്യതയെക്കുറിച്ച് ജനങ്ങൾക്ക് മുന്നറിയിപ്പു നല്കേണ്ടതാണ്.

ആർ പിച്ചു അയ്യർ

പൊലീസ് കമ്മീഷണർ

25-04-1938

ലോകത്തിൽ ഒരിടത്തും പൊലീസിന് സാമ്പത്തിക ക്രമക്കേടുകളുടെ ചുമതലയില്ല. ക്രമസമാധാനപാലനം ആണ് പൊലീസിന്റെ ജോലി. എന്നാൽ തിരുവിതാംകൂർ പൊലീസിനെ ഏല്പിച്ചിരിക്കുന്ന ജോലി നാഷണൽ ക്വയിലോൺ ബാങ്കുമായി പണമിടപാടുകൾ നടത്തുന്നതിൽ അന്തർഭവിച്ചിരിക്കുന്ന ആപൽ സാദ്ധ്യതകളെപ്പറ്റി ജനങ്ങൾക്ക് മുന്നറിയിപ്പ് നല്കുകയെന്നുള്ളതാണ്. ഈ രേഖ തെളിവായി സ്വീകരിക്കണമെന്നായിരുന്നു പ്രതിഭാഗം വക്കീലിന്റെ വാദം. എന്നാൽ ജഡ്ജി ഇതനുവദിച്ചില്ല.

തിരുവിതാംകൂർ ട്രഷറിയിലെ ചെക്ക് കാഷാക്കി മാറ്റിയ പണം കെ എസ് രാമാനുജം അദ്ദേഹത്തിന്റെ ഭാര്യയുടെ പേരിൽ സെൻട്രൽ ബാങ്കിൽ നിക്ഷേപിച്ചതുമായി ബന്ധപ്പെട്ടതായിരുന്നു അടുത്ത തെളിവ്. തിരുവിതാംകൂർ ലിക്വിഡേറ്റർ വിഷാർട്ട് എന്ന ബ്രിട്ടീഷുകാരനെയാണ് വാദിഭാഗം ഒന്നാം സാക്ഷിയായി വിസ്തരിച്ചത്. അദ്ദേഹം നേരത്തെ ഇമ്പീരിയൽ ബാങ്കിലെ ഒരുയർന്ന ഉദ്യോഗസ്ഥനായിരുന്നു അദ്ദേഹംകൂടി അറിഞ്ഞ് തിരുവിതാംകൂർ നാഷണൽ ക്വയിലോൺ ബാങ്കിന്റെ രാജിവച്ച ജനറൽ മാനേജർ കെ എസ് രാമാനജുത്തിന് തിരുവിതാംകൂർ ട്രഷറിയിൽ നിന്നും 30,000/- രൂപ ഒരു പാരിതോഷികമായി നല്കിയിരുന്നു. ബാങ്കിൽനിന്ന് രാജിവച്ചതിനും മാപ്പു സാക്ഷിയായതിനും ഉള്ള പ്രതിഫലമായിരുന്നു ഈ തുക. തിരുവിതാംകൂർ സർക്കാരിന്റെ അക്കൗണ്ട്സ് ഓഫീസർ ഒപ്പിട്ട 30,000/- രൂപയുടെ ചെക്ക് ഫൈനാൻസ് സെക്രട്ടറി മിസ്റ്റർ എം രാമചന്ദ്രറാവു ഇമ്പീരിയൽ ബാങ്ക് വഴി കാഷ് ആക്കി മാറ്റിയിരുന്നു. തിരുവിതാംകൂർ ഗവൺമെന്റിന്റെ പണമിടപാടുകൾ ഇമ്പീരിയൽ ബാങ്കു വഴിയാണ് നടന്നുകൊണ്ടിരുന്നത്. ഇതായിരുന്നു പ്രതിഭാഗം കോടതിയിൽ ഹാജരാക്കിയ മറ്റൊരു തെളിവ്. ഇതിനോട് ബന്ധപ്പെട്ട മറ്റൊരു രേഖയും ഉണ്ടായിരുന്നു. ഇമ്പീരിയൽ ബാങ്കിൽനിന്നും തിരുവിതാംകൂർ ട്രഷറി ചെക്ക് കാഷാക്കി മാറ്റിയ 30,000/- രൂപയെ സംബന്ധിച്ച് വിഷാർട്ട് ബാങ്കിന്റെ കേന്ദ്ര ഓഫീസിലേക്ക് ഒരു കത്തയച്ചിരുന്നു. ഈ കത്ത് ഒരു രേഖയായി സ്വീകരിക്കണമെന്നതായിരുന്നു പ്രതിഭാഗത്തിന്റെ വാദം. വിഷാർട്ടിന്റെ കത്തിൽ കാഷാക്കി മാറ്റിയ 30,000/- രൂപയെ "Blood Money" (രക്തത്തിന്റെ വിലയായ പണം) എന്ന് വിശേഷിപ്പിച്ചിരുന്നു. ട്രാവൻകൂർ നാഷണൽ ആന്റ് ക്വയിലോൺ ബാങ്കിനെയും അതിന്റെ ഡയറക്ടർമാരെയും ഒറ്റിക്കൊടുത്തതിന്റെ പ്രതിഫലമാണ് ഈ തുകയെന്നത് വിഷാർട്ട് വ്യംഗ്യത്തിൽ സൂചിപ്പിച്ചിരിക്കുന്നത്. വാദിഭാഗം സാക്ഷിയെന്ന നിലയിൽ വിഷാർട്ടിനെ വിസ്തരിച്ചപ്പോൾ "രക്തത്തിന്റെ വിലയായ ഈ പണത്തെപ്പറ്റി" പ്രതിഭാഗം വക്കീൽ ചോദിച്ചപ്പോൾ കോടതി ഇടപെടുകയും ഈ ചോദ്യത്തിന് മറുപടി പറയുന്നതിൽനിന്ന് വിഷാർട്ടിനെ വിലക്കുകയും ചെയ്തു. ഇനിയും ദിവാന്റെ പേര് കോടതിയിൽ വലിച്ചിഴച്ചാൽ

കോടതിയലക്ഷ്യമായി കണക്കാക്കുമെന്ന് ജഡ്ജി മുന്നറിയിപ്പ് നല്കി.

എ കെ ബാസുവിന്റെ ക്രോസ് വിസ്താരത്തിൽ ഉന്നയിച്ച മറ്റൊരു പോയിന്റ് തിരുവനന്തപുരം മജിസ്ട്രേട്ടു കോടതി പുറപ്പെടുവിച്ച extradition warrant ഉം അതിനോട് ചേർത്തുവച്ചിരുന്ന covering letter ഉം ദിവാന്റെ സ്വകാര്യ വസതിയിൽ വച്ച് രാത്രിയിൽ ധൃതിപിടിച്ച് ഉണ്ടാക്കിയതാണെന്നും ദിവാന് പ്രതികളെ നശിപ്പിക്കുന്നതിനുള്ള വ്യഗ്രതയാണിത് കാണിക്കുന്നതെന്നും ആയിരുന്നു. ദിവാന്റെ സ്വകാര്യ വസതിയായ ഭക്തി വിലാസിൽവച്ച് രാത്രിയിൽ തട്ടിക്കൂട്ടി ഉണ്ടാക്കിയ ഈ കത്തിനെപ്പറ്റി വിഷാർട്ടിനെ ചോദ്യം ചെയ്തപ്പോൾ കോടതി വീണ്ടും ഇടപെട്ടു. ദിവാന്റെ പേര് കോടതിയിൽ വലിച്ചിഴയ്ക്കാൻ അനുവദിക്കയില്ലായെന്ന് ജഡ്ജി താക്കീത് ചെയ്തു.

ബാങ്ക് തകർക്കുന്നതിൽ ദിവാന്റെ പങ്ക് തുറന്ന് കാണിക്കുന്നതിന് ഈ കത്തിനെപ്പറ്റിയുള്ള ചോദ്യം പ്രസക്തമാണെന്ന് ബാസു വാദിച്ചു.

ഇങ്ങനെ പ്രതികളുടെ ഏറ്റവും ശക്തമായ വാദമുഖങ്ങൾ ജഡ്ജി തന്നെ ഇല്ലാതെയാക്കി. ബാങ്ക് നശിപ്പിച്ചതിൽ ദിവാന്റെ പങ്ക് തെളിവ് സഹിതം പുറത്തുകൊണ്ടുവന്ന് ആ വാദത്തിന്റെ ബലത്തിൽ പിടിച്ച് കയറി വാദിഭാഗത്തെ ദുർബ്ബലപ്പെടുത്തുകയെന്നതായിരുന്നു സി പി മാത്തന്റെ തന്ത്രം. എന്നാൽ കോടതിയുടെ പക്ഷപാതപരമായ ഇടപെടലുകൾകൊണ്ട് കേസ് ജയിക്കുന്നത് പ്രയാസമാണെന്ന് പ്രതികൾക്കും അവരുടെ വക്കീലന്മാർക്കും തോന്നി. ഈ രീതിയിൽ കേസുമായി മുമ്പോട്ടു പോകുന്നതിൽ തനിക്ക് യാതൊരു താല്പര്യവുമില്ലെന്ന് കാണിച്ച് എ കെ ബാസു ഒരു പ്രസ്താവന എഴുതി കോടതിയിൽ ഹാജരാക്കുകയും പ്രതിഷേധിച്ച് കോടതിയിൽനിന്ന് ഇറങ്ങിപ്പോവുകയും ചെയ്തു. എന്നാൽ കോടതിയെ ബഹിഷ്കരിക്കുന്നതിനോട് കെ ജി നായർ, ഡാനിയേൽ തോമസ് എന്നിവർ യോജിച്ചില്ല. കോടതിയിൽ കേസ് വാദിച്ചാൽ പ്രതികളുടെ നിരപരാധിത്വം പൊതുജനങ്ങൾ എങ്കിലും മനസ്സിലാക്കും എന്നതായിരുന്നു ഇവരുടെ വാദം.

വാദിഭാഗത്തിനു വേണ്ടി കേസ് നടത്തിയത് അഡ്വ. ജനറൽ കുക്കിലിയായും കെ ജി കുഞ്ഞുകൃഷ്ണപിള്ളയുമായിരുന്നു.

ബാങ്ക് ഡയറക്ടർമാരുടെ പേരിൽ ചുമത്തപ്പെട്ട കുറ്റങ്ങൾ

ബാക്കിപത്രം വ്യാജ നിർമ്മിതമാണെന്നും അതിൽ കാണിച്ചിരിക്കുന്ന സംഖ്യകൾ ശരിയായിട്ടുള്ളതല്ലെന്നും ചില കിട്ടാക്കുറ്റികളും കണക്കിൽ കാണിച്ചിട്ടില്ലെന്നും അങ്ങനെ കിട്ടാക്കുറ്റികൾ കണക്കിൽപ്പെടുത്തിയിരുന്നെങ്കിൽ ബാക്കിപത്രത്തിൽ ലാഭം കാണുമായിരുന്നില്ലെന്നും ഇങ്ങനെ തെറ്റായ വിവരങ്ങൾ വഴി പൊതുജനങ്ങളെ വഞ്ചിച്ചുവെന്നും ഡിവിഡൻസ് ഇല്ലാത്ത വേളയിൽ ഡിവിഡൻസ് കൊടുത്തതിനാൽ വിശ്വാസ വഞ്ചന ഉണ്ടായെന്നും പ്രതികൾ കൂടി ഗൂഢാലോചന നടത്തിയെന്നും ആയിരുന്നു പ്രതികളുടെ മേൽ ചുമത്തപ്പെട്ട കുറ്റങ്ങൾ.

സെഷൻസ് കോടതിവിധി

എട്ടുവർഷത്തെ കഠിനതടവും രണ്ടായിരംരൂപ പിഴയും ആണ് സെഷൻസ് കോടതി വിധിച്ചത്. അങ്ങനെ ഇതുവരെ വിചാരണത്തടവുകാരായിരുന്നവർ ഇപ്പോൾ ശിക്ഷിക്കപ്പെട്ട തടവുകാരായി.

സെഷൻസ് കോടതിയിൽ പ്യൂണിന്റെ നെട്ടോട്ടം

സെഷൻസ് കോടതിയിൽ വിചാരണ നടക്കുമ്പോൾ രസകരമായ ഒരു സംഭവം ഉണ്ടായി. എല്ലാ കുഴപ്പങ്ങൾക്കും കാരണം സർ സി പി യാണെന്ന് കാണിച്ച് സി പി മാത്തൻ ഒരു പ്രസ്താവന തയ്യാറാക്കി പ്യൂൺ വശം ജഡ്ജിക്ക് കൊടുത്തയച്ചു. എന്നാൽ ജഡ്ജി ഈ പ്രസ്താവന സ്വീകരിക്കുവാൻ കൂട്ടാക്കിയില്ല. പ്യൂൺ ഈ പ്രസ്താവനയുമായി തിരികെ സി പി മാത്തന്റെ അടുത്തുവന്നു. അദ്ദേഹവും അത് വാങ്ങിയില്ല. പ്യൂൺ എന്തു ചെയ്യണമെന്നറിയാതെ കുഴങ്ങി. അയാൾ അങ്ങോട്ടും ഇങ്ങോട്ടും ഓടാൻ തുടങ്ങി. ഒടുവിൽ ഒരു തീരുമാനത്തിലെത്തിച്ചേർന്നു. പ്രസ്താവന ഒരു കവറിലാക്കി മുദ്രവച്ച് ഇതൊരു റിക്കാർഡ് ആക്കുകയില്ലെന്ന് വ്യവസ്ഥയിൽ ജഡ്ജി സ്വീകരിച്ചു.

ബാങ്ക് പൂട്ടുന്നു

പ്രതിസന്ധിയിൽപ്പെട്ടു ആടിയുലഞ്ഞ് നിന്നിരുന്ന ബാങ്കിനെ രക്ഷിക്കാൻ എന്തെങ്കിലും ഒരു സഹായം ചെയ്യണമെന്നുള്ള ഡയറക്ടർമാരുടെ അപേക്ഷ റിസർവ്വ് ബാങ്ക് അധികൃതർ തള്ളിക്കളഞ്ഞ സാഹചര്യത്തിൽ ഒരടിപോലും മുന്നോട്ട് വയ്ക്കുവാൻ സാദ്ധ്യമല്ലെന്ന് ഡയറക്ടർമാർക്ക് ബോദ്ധ്യമായി.

എങ്കിലും ബാങ്കിനെ എങ്ങനെയെങ്കിലും രക്ഷിക്കാൻ റിസർവ്വ് ബാങ്ക് മുഖാന്തരം കഴിയുമോ എന്നറിയാൻ ഒരവസാന ശ്രമംകൂടി നടത്തിനോക്കി. മാമ്മൻ മാപ്പിളയുടെ മകൻ കെ എം ഫിലിപ്പിനെ ഈ കാര്യത്തിനുവേണ്ടി ചുമതലപ്പെടുത്തി. കെ എം ഫിലിപ്പ് ബാങ്കിന്റെ ബോംബെ മാനേജരായിരുന്നു. ബാങ്കിന്റെ ഡയറക്ടർമാരും അഭ്യുതയകാംക്ഷികളും ബാങ്ക് ഹെഡ്ഡോഫീസിൽ കൂടി. ഓരോ നിമിഷവും ഉൽക്കണ്ഠാഭരിതമായിരുന്നു. എല്ലാവരും ബോംബെയിൽനിന്നുള്ള ഫോൺകോൾ പ്രതീക്ഷിച്ചുകൊണ്ട് നിമിഷങ്ങൾ തള്ളി നീക്കി. അവസാനം ആ ഫോൺ മണിമുഴങ്ങി. അത് ട്രാവൻകൂർ നാഷണൽ ആന്റ് ക്വയിലോൺ ബാങ്കിന്റെ മരണമണിയായിരുന്നു. റിസർവ്വ് ബാങ്ക് യാതൊരു സഹായവും ചെയ്യാൻതയ്യാറല്ല. ഫോണിന്റെ മറ്റേ തലയ്ക്കൽനിന്നും സന്ദേശം വന്നു. ഇനി ഒന്നും പ്രതീക്ഷിക്കാനില്ല. അവസാനം ഹെഡ്ഡാഫീസിൽ കൂടിയവർ താഴെപ്പറയുന്ന തീരുമാനങ്ങൾ എടുത്തു.

1. 1938 ജൂൺ 21 ന് ബാങ്ക് തുറക്കേണ്ടതില്ല.

2. ഈ തീരുമാനം ബാങ്കിന്റെ സകല ശാഖകളെയും കമ്പി മാർഗ്ഗം രാത്രിയിൽ തന്നെ അറിയിക്കണം.

3. ബാങ്ക് അടയ്ക്കുന്നതിന് കാരണമായ സാഹചര്യങ്ങളെ വിശദീകരിച്ചു കൊണ്ട് ഒരു പ്രസ്താവന പുറപ്പെടുവിക്കണം.

പിറ്റേ ദിവസം അതായത് ജൂൺ 21 ന് ബാങ്കിന്റെ എല്ലാ ശാഖകളുടെയും വാതിലിൽ താഴെ പറയുന്ന പ്രകാരത്തിലുള്ള ഒരു കമ്പി സന്ദേശം ഒട്ടിച്ചിരുന്നു.

ഏജന്റിന്

ഈ കമ്പി ബാങ്കിന്റെ വാതിലിൽ ഒട്ടിച്ച് വയ്ക്കുകയും അതനുസരിച്ച് പ്രവർത്തിക്കുകയും ചെയ്യുക. ബാങ്കിൽ നിരന്തരമായി ഉണ്ടായിക്കൊണ്ടിരിക്കുന്ന റണ്ണിനെ എങ്ങനെ അഭിമുഖീകരിക്കുമെന്നുള്ളതിനെക്കുറിച്ച് പര്യാലോചിക്കുവാനായി 1938 ജൂലൈ ഒന്നാം തീയതി വരെ എല്ലാ ഇടപാടുകളും നിർത്തിവയ്ക്കുവാൻ ബാങ്കധികൃതർ നിശ്ചയിച്ചിരിക്കുന്നു. അതിനാൽ, യാതൊരു റെസിപ്റ്റുകളോ പെയ്മെന്റുകളോ ഉണ്ടായിരിക്കുന്നതല്ല. ബാങ്ക് അടച്ചുപൂട്ടുകയും ബാങ്കിലെ ഉപകരണങ്ങൾ ഭദ്രമായി സൂക്ഷിക്കുന്നതിന് ഏർപ്പാടുണ്ടാക്കുകയും ചെയ്യുക. വിശദവിവരങ്ങൾ പിന്നാലെ.

മദ്രാസ് — കെ എം ഈപ്പൻ
21 ജൂൺ 1938 — ജോയന്റ് മാനേജിങ് ഡയറക്ടർ
ദി ട്രാവൻകൂർ നാഷണൽ ആന്റ് ക്വയിലോൺ ബാങ്ക് ക്ലിപ്തം

ബാങ്കിന്റെ ലിക്വിഡേഷൻ

അങ്ങനെ ഇന്ത്യയിലെ മൂന്നാമത്തെ ബാങ്കായ ട്രാവൻകൂർ നാഷണൽ ആന്റ് ക്വയിലോൺ ബാങ്ക് 1938 ജൂൺ 21-ാം തീയതി പൂട്ടി മുദ്രവയ്ക്കപ്പെട്ടു. ബാങ്കിനെ വിശ്വസിച്ച് തങ്ങളുടെ മുഴുവൻ സമ്പാദ്യവും നിക്ഷേപിച്ച പതിനായിരക്കണക്കായുള്ള ക്രെഡിറ്റർമാരുടെയും ബാങ്കുമായി ഇടപാടുകൾ ഉള്ള വാണിജ്യ വ്യവസായികളുടെയും താല്പര്യങ്ങൾ സംരക്ഷിക്കുകയെന്നുള്ളതായിരുന്നു ബാങ്ക് ഡയറക്ടർമാരുടെ അടുത്ത ലക്ഷ്യം. അതിനുവേണ്ടി വിശ്വാസയോഗ്യരും പ്രാപ്തരുമായ ലിക്വിഡേറ്റർമാരെ കണ്ടെത്താനുള്ള ശ്രമമാണ് ബാങ്ക് അധികാരികൾ അടുത്തതായി സ്വീകരിച്ചത്. ലിക്വിഡേറ്റർമാരായിരിക്കുവാൻ യോഗ്യരായ പല പരിചയക്കാരെയും കണ്ട് ലിക്വിഡേഷൻ ഹർജിയിൽ ഒപ്പിടാൻ അപേക്ഷിച്ചെങ്കിലും എല്ലാവരും ഒഴിഞ്ഞുമാറി. ഈ സമയത്തുതന്നെ ബോംബെ ഹൈക്കോർട്ടിൽ ആരോ ലിക്വിഡേഷൻ ഹർജി കൊടുത്തു. ബാങ്കിന്റെ ആസ്തികൾ ദുരുപയോഗം ചെയ്യുക എന്ന ഉദ്ദേശ്യമാണ് അവർക്കുണ്ടായിരുന്നത്. ബാങ്കിന്റെ ആസ്തികൾ ബോംബെക്കാരുടെ കൈവശം ചെന്നുചേരരുത് എന്ന ഉദ്ദേശത്തോടെ മദ്രാസ് ഹൈക്കോർട്ടിൽ ബാങ്ക് അധി

കാരികൾ ഹർജി കൊടുത്തു. മദ്രാസ് ഹൈക്കോടതിയുടെ മേൽനോട്ടത്തിലായിരിക്കണം ലിക്വിഡേഷൻ നടത്തേണ്ടതെന്നും അവിടെ അതിനുവേണ്ട വിചാരണ നടന്നു വരുന്നതുകൊണ്ട് ബോംബെ ഹൈക്കോടതിയിലെ ഹർജി തള്ളണമെന്നും വാദിക്കാനാണ് ബാങ്ക് അധികാരികൾ നിശ്ചയിച്ചത്. അതിനുവേണ്ടി മുഹമ്മദ് അലി ജിന്നയെ ഏർപ്പാടു ചെയ്തു (ഇദ്ദേഹം പിന്നീട് പാകിസ്ഥാൻ സ്ഥാപകനായി). അങ്ങനെ ബോംബെ ഹൈക്കോടതിയിൽനിന്നും ബാങ്കിന് അനുകൂലമായി വിധി വന്നു. മദ്രാസിൽ ലിക്വിഡേറ്റർമാരായി പ്രസിദ്ധ ഓഡിറ്റ് സ്ഥാപനമായ Freaser & Ross എന്ന കമ്പനിയെ നിയമിച്ചു. ബ്രിട്ടീഷ് ഇന്ത്യയിലുണ്ടായിരുന്ന സകല ബ്രാഞ്ചുകളും ഈ ഓഡിറ്റ് കമ്പനിയുടെ അധീനതയിൽ ആയി. ബാങ്കിന് യാതൊരു തരത്തിലുള്ള നഷ്ടവും വരുത്താതെ വളരെ ഉത്തരവാദിത്വത്തോടെ അവർ തങ്ങളുടെ കടമ നിറവേറ്റി. എന്നാൽ ഇതേ സമയം തന്നെ ഒരു വിഭാഗം ആളുകൾ ബാങ്ക് വൈൻഡ് അപ് ചെയ്യുന്നതിന് കൊല്ലം ജില്ലാ കോടതിയിൽ ഹർജികൊടുത്തു. ഇതിനെതിരെ ബാങ്ക് അധികൃതർ മദ്രാസ് ഹൈക്കോടതിയെ സമീപിച്ചെങ്കിലും അതിന് മുമ്പായി കൊല്ലം കോടതി ബാങ്കിന് എതിരായി വിധി പ്രസ്താവിച്ചു. അങ്ങനെ തിരുവിതാംകൂർ ലിക്വിഡേറ്റർമാരായി ബ്രിട്ടീഷുകാരനായ വിഷാർട്ട്, ശിവശങ്കര മുതലിയാർ, അഡ്വ. മേനോത്തേരി എന്നിവർ നിയമിക്കപ്പെട്ടു. സർ സി പിയുടെ താളത്തിന് തുള്ളാത്തതുകൊണ്ട് വിഷാർട്ടിനെ പിരിച്ചുവിട്ടു. തൽസ്ഥാനത്ത് സർ സി പിയുടെ വിശ്വസ്തനായ ശിവശങ്കര മുതലിയാരെ ഫുൾ ലിക്വിഡേറ്ററായും നിയമിച്ചു.

ബാങ്കിന്റെ പുനരുദ്ധാരണം

ബാങ്ക് പൂട്ടിയെങ്കിലും ബാങ്കിന്റെ സാമ്പത്തിക സ്ഥിതിയെപ്പറ്റിയും ബാങ്കിന്റെ നടത്തിപ്പുകാരുടെ വിശ്വസ്തതയെപ്പറ്റിയും പൊതുജനങ്ങൾക്കും നിക്ഷേപകർക്കും ഉത്തമ ബോദ്ധ്യമുണ്ടായിരുന്നു. അതുകൊണ്ട് ബാങ്ക് തുടർന്നും പ്രവർത്തിപ്പിക്കാൻ കഴിയുമെന്ന് ബാങ്കിന്റെ ഉത്തമർണ്ണന്മാർക്ക് പൂർണ്ണ വിശ്വാസമുണ്ടായിരുന്നു. ഇവർ ഒരു യോഗം ചേരുകയും ബാങ്ക് പുനഃസംഘടിപ്പിക്കുന്നതിനെപ്പറ്റി ആലോചിച്ച് നടപടി കൈക്കൊള്ളുന്നതിന് ഒരു കമ്മിറ്റിയെ തിരഞ്ഞെടുക്കുകയും ചെയ്തു. കമ്മിറ്റിക്കാർ മദ്രാസ് പ്രധാനമന്ത്രിയായിരുന്ന ശ്രീ സി രാജഗോപാലാചാരിയെ പ്പോയിക്കണ്ട് കാര്യങ്ങൾ ബോദ്ധ്യപ്പെടുത്തി. തുടർന്ന് അവർ മദ്രാസ് ഹൈക്കോടതിയിൽ ഒരു ഹർജി സമർപ്പിച്ചു. കമ്മിറ്റിക്കാർക്കു വേണ്ടി ഹാജരായത് മിസ്റ്റർ കെ ഭാഷ്യമായിരുന്നു.

എന്നാൽ ബാങ്ക് പുനരുദ്ധാരണത്തിന് എതിരായി തിരുവിതാംകൂറിലെ ലിക്വിഡേറ്റർമാർ ഒരു എതിർ ഹർജി മദ്രാസ് ഹൈക്കോടതിയിൽ ഹാജരാക്കി. സർ അല്ലാടി കൃഷ്ണസ്വാമിയായിരുന്നു അവരുടെ വക്കീൽ ബാങ്ക് പുനരുദ്ധരിക്കുകയല്ല. വൈൻഡ് അപ്പ് ചെയ്യുകയാണ് വേണ്ടതെന്നായിരുന്നു അവരുടെ വാദം.

മദ്രാസ് ഹൈക്കോടതിയിൽ കേസ് വാദത്തിനു വന്നപ്പോൾ പുനരുദ്ധാരണ കമ്മിറ്റിക്ക് വേണ്ടി വക്കീൽ ശ്രീ കെ ഭാഷ്യവും എതിർഭാഗത്തിനുവേണ്ടി സർ അല്ലാടി കൃഷ്ണസ്വാമിയും ഹാജരായി. വാദം കേൾക്കുന്നതിന് ഒരു വലിയ ജനക്കൂട്ടം കോടതിയിൽ ഉണ്ടായിരുന്നു. അല്ലാടി പുനരുദ്ധാരണത്തിനെതിരായി ശക്തിയായി വാദിച്ചെങ്കിലും വിധി പുനരുദ്ധാരണക്കാർക്ക് അനുകൂലമായി വന്നു. അന്ന് മദ്രാസ് ഹൈക്കോടതി ജഡ്ജി സർ വെങ്കിട രമണ റാവുവായിരുന്നു. അദ്ദേഹത്തിന്റെ ഉത്തരവിൽ ഉത്തമർണ്ണരുടെ ഒരു യോഗം വിളിച്ചു കൂട്ടുന്നതിന് ഉത്തരവിടുകയും അതിലേക്ക് ലിക്വിഡേറ്റർമാരെ അധികാരപ്പെടുത്തുകയും ചെയ്തു.

എന്നാൽ മദ്രാസ് ഹൈക്കോടതിയിൽനിന്നുണ്ടായ അനുകൂല വിധിയുടെ ആഹ്ലാദം അധികം നീണ്ടു നിന്നില്ല. കാരണം കൊല്ലം കോടതിയിൽ പുനരുദ്ധാരണക്കാർ കൊടുത്ത കേസിന്റെ വിധി അവർക്ക് എതിരായി വന്നു. ബാങ്ക് പുനരുദ്ധരിക്കുന്നത് നല്ലതല്ലെന്നും വൈൻഡ് അപ്പ് ചെയ്യുകയാണ് വേണ്ടതെന്നും കോടതി വിധിച്ചു.

ബാങ്കിന്റെ ആസ്തികളിൽ സിംഹഭാഗവും തിരുവിതാംകൂറിൽ ആയതുകൊണ്ട് തിരുവിതാംകൂർ ലിക്വിഡേറ്റർമാർ പുനരുദ്ധാരണത്തോട് സഹകരിക്കാതിരിക്കുന്നിടത്തോളം ബാങ്ക് പുനരുദ്ധരിക്കാൻ സാധിക്കയില്ലെന്നും വൈൻഡ് അപ് ചെയ്യുകയാണ് കരണീയമെന്നും മദ്രാസ് ഹൈക്കോടതി സ്വന്തം വിധിക്ക് എതിരായി വീണ്ടും വിധിക്കുകയും കേസ് തള്ളുകയും ചെയ്തു.

ഇങ്ങനെ ബാങ്ക് പുനരുദ്ധരിച്ച് നിക്ഷേപകരെ രക്ഷിക്കാനുള്ള പരിശ്രമങ്ങളും പരാജയപ്പെട്ടു.

മലയാള മനോരമ പൂട്ടുന്നു

1938 സെപ്തംബർ 9 ന് *മലയാള മനോരമ* പൂട്ടി മുദ്രവെച്ചു. ഉത്തരവാദ പ്രക്ഷോഭത്തിന് സാമ്പത്തിക സഹായം നല്കുന്നു. മുഖ പ്രസംഗങ്ങൾവഴി പ്രക്ഷോഭത്തെ സഹായിക്കുന്നു. നേതാക്കന്മാരുടെ പ്രസംഗങ്ങൾ റിപ്പോർട്ട് ചെയ്തു ജനങ്ങളിൽ സമരാവേശം വളർത്തുന്നു. തുടങ്ങിയവായിരുന്നു അടച്ചു പൂട്ടലിന് കാരണമായിപ്പറഞ്ഞത്.

ഹൈക്കോടതിയിൽ

സെഷൻസ് കോടതിയിൽനിന്നും കേസ് വിചാരണയ്ക്കായി ഹൈക്കോടതിയിലേക്ക് പോയി. ഹൈക്കോടതി ജഡ്ജിമാർ മാധവൻ നായരും ശങ്കരസുബ്ബയ്യരും ആയിരുന്നു. വാദിഭാഗത്തിന്റെയും പ്രതിഭാഗത്തിന്റെയും വക്കീലന്മാർ എല്ലാം സെഷൻസ് കോടതിയിൽ കേസ് വാദിച്ച വക്കീലന്മാർ തന്നെയായിരുന്നു. കെ സി മാമ്മൻ മാപ്പിളയുടെ വക്കീലായ ബാർവെൽ നടത്തിയ പ്രസംഗം ഏവരുടെയും ശ്രദ്ധ ആകർഷിക്കുന്നതാ

യിരുന്നു. അപ്പീൽ വാദത്തിൽ മിസ്റ്റർ ബാർവെൽ ഇപ്രകാരം പറഞ്ഞു. “കാര്യങ്ങൾ അറിയുവാൻ ഒരു പരിധിവരെ കോടതിക്ക് ചോദ്യങ്ങൾ ചോദിക്കാവുന്നതാണ്. എന്നാൽ പ്രതികളെ ചോദ്യം ചെയ്യുമ്പോൾ ജഡ്ജി ക്രോസ് ചെയ്തുകൂടാത്തതാകുന്നു. കോടതി ചോദ്യങ്ങൾ ചോദിച്ചു തൃപ്തിപെടുകയെന്നത് ഒരുകാര്യവും എന്നാൽ എന്തെങ്കിലും തെളിവുകൾക്ക് തടസ്സം ചെയ്യുന്നത് മറ്റൊരു സംഗതിയുമാണ്.” ബാർവെൽ വാദം ഇങ്ങനെ അവസാനിപ്പിച്ചു. “എന്റെ കക്ഷികൾക്കുവേണ്ടി നീതി ആവശ്യപ്പെടുവാനാണ് ഞാൻ ഇവിടെ വന്നിരിക്കുന്നത്. എന്റെ ആദ്യത്തെയും അവസാനത്തെയും അഭ്യർത്ഥന നീതി നല്കണമെന്നാണ്. നീതി മനസ്സാക്ഷിയെ സംബന്ധിക്കുന്ന ഒരു പ്രശ്നം ആണ്. ന്യായമായ തീർച്ചയ്ക്ക് ബഹുമാനപ്പെട്ട കോടതിയോട് അപേക്ഷിച്ചു കൊള്ളുന്നു.” ബാർവെൽ അപേക്ഷിച്ചതു പോലെ പരമോന്നത നീതി പീഠത്തിൽനിന്നു നീതി ലഭിച്ചില്ല.

ഹൈക്കോടതിയുടെ വിധി വന്നു സെഷൻസ് കോടതിയുടെ എട്ടു വർഷം കഠിന തടവ് അഞ്ചുവർഷമായി കുറച്ചുകൊണ്ടും കെ പി വറുഗീസിനെ വെറുതെ വിട്ടുകൊണ്ടുമായിരുന്നു ആ വിധി.

സെൻട്രൽ ജയിലിലേക്ക് വീണ്ടും

വിധി വന്നതോടെ ഡയറക്ടർമാർ വീണ്ടും ജയിലിൽ അയയ്ക്കപ്പെട്ടു. വിചാരണ തടവുകാരായിരുന്നപ്പോൾ പല സ്വാതന്ത്ര്യങ്ങളും അനുവദിക്കപ്പെട്ടിരുന്നു. അവർക്ക് ഭക്ഷണം പുറത്തുനിന്ന് കൊണ്ടുവരാൻ സാധിക്കും. അതുപോലെതന്നെ വക്കീലന്മാരുമായി സ്വതന്ത്രമായി ഇടപെടുവാൻ സാധിക്കും. എന്നാൽ ശിക്ഷിക്കപ്പെട്ട തടവുകാരായതിന് ശേഷം അനുഭവിച്ചിരുന്ന ചെറിയ സ്വാതന്ത്ര്യംപോലും നഷ്ടപ്പെട്ടു. സെൻട്രൽ ജയിലിൽ കെ സി മാമ്മൻ മാപ്പിളയും കെ എം ഈപ്പനും കെ സി ഈപ്പനും കെ വി വറുഗീസും (ഇദ്ദേഹം ഹൈക്കോടതി വിധിയുടെ അടിസ്ഥാനത്തിൽ ജയിൽ മോചിതനായി) ഓരോ കെട്ടിലും സി പി മാത്തൻ കോൺഗ്രസ് തടവുകാരോടൊപ്പം മറ്റൊരു കെട്ടിലുമാണ് താമസിച്ചിരുന്നത്. അന്ന് ജയിൽ സൂപ്രണ്ട് പപ്പു എന്നൊരാൾ ആയിരുന്നു.

ഇദ്ദേഹത്തിന് ജോലി വാങ്ങിക്കൊടുത്ത് കെ സി ഈപ്പനായിരുന്നു. അതുകൊണ്ട് പല സൗജന്യങ്ങളും അദ്ദേഹം ഈ തടവുകാർക്ക് അനുവദിച്ചിരുന്നു.

ഹൃദയഭേദകമായ കൂടിക്കാഴ്ച

സി പി മാത്തന്റെ വിസ്താരം കോടതിയിൽ നടന്നുകൊണ്ടിരുന്ന സമയത്ത് അദ്ദേഹത്തിന്റെ വൃദ്ധയായ മാതാവും കൊച്ചുകുട്ടികളായ രണ്ടു പെൺമക്കളും കോടതിയിൽ വന്നു. ജയിലിൽ കഴിയുകയും വിസ്താരം നേരിടുകയും ചെയ്യുന്ന വത്സലപുത്രനെ കാണുന്നതിനും പേരക്കുട്ടികളെ

അവരുടെ പിതാവിന്റെ മുഖം അല്പനേരമെങ്കിലും കാണിക്കുന്നതിനും ഉള്ള അത്യാശയോടെ എത്തിയ ആ മാതാവിന് ദുഃഖത്തോടെ കോടതി വരാന്തയിൽനിന്നും പുറത്തുപോകേണ്ടിവന്നു. കോടതിലഞ്ചിന് പിരിഞ്ഞ സമയത്ത് ആ മാതാവും പേരക്കുട്ടികളും മാത്തന്റെ അടുത്ത് ഓടിയെത്തി. അദ്ദേഹം അമ്മയെ ആശ്വസിപ്പിക്കുകയും പുത്രിമാരെ ചുംബിക്കുകയും ചെയ്തു. അപ്പോൾതന്നെ ആരോ ആ വിവരം അഡ്വക്കേറ്റ് ജനറലായ കുക്കിലിയായെ അറിയിച്ചു, അദ്ദേഹം ഓടി വന്ന് കോടതി ശിപായിമാരെ ശകാരിച്ചു. അതോടെ ആ കൂടിക്കാഴ്ച അവസാനിച്ചു. ബാങ്കിൽ 'റൺ' നടന്ന സമയത്ത് എല്ലാ കുത്തിത്തിരിപ്പുകളും ഏഷണികളും ഉണ്ടാക്കിയത് ഈ കുക്കിലിയ ആണ്.

മാത്തന് ജാമ്യം നിഷേധിക്കപ്പെടുന്നു

മരണത്തോട് മല്ലടിച്ചുകൊണ്ട് അന്ത്യനിമിഷങ്ങൾ എണ്ണിക്കഴിഞ്ഞിരുന്ന തന്റെ വൃദ്ധമാതാവിനെ കാണുന്നതിന് വേണ്ടി രണ്ട് ദിവസത്തെ ജാമ്യം നല്കണമെന്ന മാത്തന്റെ അപേക്ഷയും നിരസിക്കപ്പെട്ടു.

ജയിലിലെ കള്ളക്കടത്ത്

രാജഭരണത്തിലും ജനായത്ത ഭരണത്തിലും എല്ലാം കള്ളക്കടത്തുണ്ട്. ജയിലിൽ കിടക്കുന്നവർക്കുപോലും പണത്തിന് ആവശ്യമുണ്ട്. എന്നാൽ പണം എങ്ങനെ ജയിലിൽ എത്തിക്കും എന്നതായിരുന്നു പ്രശ്നം ജയിലിലെ മറ്റ് ദുർല്ലഭ വസ്തുക്കൾ രുചികരമായ ഭക്ഷണവും പത്രവും ആയിരുന്നു. ജയിൽ സൂപ്രണ്ടിന്റെ മൗനാനുവാദത്തോടെ മാമ്മൻ മാപ്പിളയുടെ പുത്രൻ കെ എം മാത്യു പല സാധനങ്ങളും ജയിലിലേക്ക് കടത്തിക്കൊണ്ടിരുന്നു. അതിലൊന്ന "പണ"മാണ്. ഒരു "പണ"ത്തിന്റെ മൂല്യം 4 ചക്രമാണ്. 50 രൂപയ്ക്ക് തുല്യമായ 'പണം' ജയിൽ വാർഡർ മുഖേന കൈമാറാൻ തുടങ്ങി. പിന്നത്തെ പ്രശ്നം ജയിലിലെ പത്രം വായനയായിരുന്നു. വിശ്വസ്തരും വിദഗ്ദ്ധരുമായ വാർഡർമാർ മുഖാന്തരം ഈ പ്രശ്നവും പരിഹരിച്ചു പത്രം ചെറുതായി മടക്കി ചോറ്റുപാത്രത്തിൽ അടച്ചാണ് കള്ളക്കടത്ത് നടത്തിയിരുന്നത്. രുചികരമായ ഭക്ഷണം സംഘടിപ്പിക്കുന്നതായിരുന്നു അടുത്ത പ്രശ്നം. അതും ഒരു വിധം സാധിച്ചു. അന്ന് വാസുപിള്ള എന്ന ഒരു ജയിൽപ്പുള്ളി ഉണ്ടായിരുന്നു. ഇദ്ദേഹം പാചകവിദ്യയിൽ അതിനിപുണനായിരുന്നു. ജയിൽ സൂപ്രണ്ട് പപ്പുവിന്റെ മൗനാനുവാദത്തോടെ വാസുപിള്ള ജയിലിൽ രുചികരമായ ഭക്ഷണം പാകം ചെയ്തിരുന്നു.

പക്ഷേ, ജയിലിലെ വിലക്കപ്പെട്ട ഈ സുഖാനുഭവങ്ങൾ അധികനാൾ നീണ്ടുനിന്നില്ല. സി പിയുടെ ചാരക്കണ്ണുകൾ ജയിലിലെ കള്ളക്കടത്ത് കണ്ടുപിടിച്ചു. പപ്പു സ്ഥലം മാറ്റപ്പെട്ടു.

പകരം വന്നത് റാണി സേതു പാർവ്വതി ബായിയുടെ സഹോദരനായ

സചിവോത്തമ സർ സി പി രാമസ്വാമി അയ്യർ ഷഷ്ടിപൂർത്തി മെമ്മോറിയൽ വാർഡായി മാറിയ ക്വയിലോൺ ബാങ്ക്

രാജരാജവർമ്മത്തമ്പുരാനായിരുന്നു. അന്നു തിരുവിതാംകൂർ ജയിൽ രാഷ്ട്രീയത്തടവുകാരെക്കൊണ്ട് നിറഞ്ഞിരുന്നു. പലപ്പോഴും തടവുകാർ സംഘടിച്ചു ജയിൽ വാർഡന്മാരെ ആക്രമിച്ച സംഭവംവരെയുണ്ടായിട്ടുണ്ട്. അകത്തും പുറത്തും ശത്രുക്കളെക്കൊണ്ട് നിറഞ്ഞ അന്നത്തെ സാഹചര്യത്തിൽ കൊട്ടാരം അനുഭവിച്ചിരുന്ന അരക്ഷിതത്വംകൊണ്ടാണ് റാണിയുടെ സഹോദരനെത്തന്നെ ജയിലിന്റെ ചുമതല ഏല്പിച്ചത്. പിന്നീട് ഈ ചുമതല ഐ ജി അബ്ദുൾ കരീമിനെ ഏല്പിക്കുകയുണ്ടായി.

ബാങ്കിന്റെ ആസ്തികൾ കുറഞ്ഞ വിലയ്ക്ക് വില്ക്കുന്നു ട്രാവൻകൂർ നാഷണൽ ആന്റ് ക്വയിലോൺ ബാങ്കിന്റെ കൊല്ലത്തെ കെട്ടിടം

കൊല്ലം പട്ടണത്തിന്റെ ഹൃദയഭാഗത്ത് മുക്കാൽ ഏക്കറോളം വരുന്ന സ്ഥലത്താണ് ബാങ്കിന്റെ ഹെഡ് ഓഫീസ് ആയി പ്രവർത്തിച്ചിരുന്ന ഈ കെട്ടിടം സ്ഥിതി ചെയ്തിരുന്നത്. 1919 ൽ ഈ സ്ഥലത്തിനു മാത്രം 19,500/- രൂപ വിലയുണ്ടായിരുന്നു. 1935 ൽ 1,40,000/- രൂപ മുടക്കി ബാങ്കിന്റെ അന്തസ്സിനും പ്രൗഢിക്കും ചേരുന്ന രീതിയിൽ ശില്പ ചാതുരിയോടെ പണി കഴിപ്പിച്ച ഈ സൗധം കൊല്ലം പട്ടണത്തിന്റെ തിലകക്കുറിയായി പരിശോഭിച്ചിരുന്നു.

ലിക്വിഡേഷനെത്തുടർന്ന് ഈ കെട്ടിടം പരസ്യമായി ലേലത്തിനു വെക്കുകയും നിസ്സാരമായ 15,600/- രൂപ വിലയ്ക്ക് വില്ക്കുകയും ഉണ്ടായി. വളരെ നിഷ്കർഷയോടെ പണികഴിപ്പിച്ച ഈ കെട്ടിടം കൈവിട്ടുപോയത് മാത്തന് ഉണ്ടാക്കിയ ദുഃഖം വാക്കുകൾക്ക് അപ്പുറമാണ്.

ആ സമയത്ത് തിരുവിതാംകൂർ ദിവാൻ സർ സി പി രാമസ്വാമി അയ്യരുടെ ഷഷ്ട്യബ്ദപൂർത്തി നാടെങ്ങും കെങ്കേമമായി കൊണ്ടാടുകയായിരുന്നു. നാടെങ്ങും സി പിക്ക് സ്വീകരണം നല്കുന്നതിന്റെയും സ്മാരകം നിർമ്മിക്കുന്നതിന്റെയും ബഹളമായിരുന്നു. സ്ഥാനക്കയറ്റത്തിനുവേണ്ടി സർക്കാർ ഉദ്യോഗസ്ഥന്മാരും കൊള്ളലാഭത്തിനുവേണ്ടി ബിസിനസുകാരും ഈ അവസരം പരമാവധി പ്രയോജനപ്പെടുത്തി.

ബാങ്കിന്റെ കെട്ടിടം നിസ്സാര വിലയ്ക്ക് ലേലത്തിൽ പിടിച്ച് കൊല്ലം ജില്ലാ ആശുപത്രിക്കും വിക്ടോറിയ ഹോസ്പിറ്റലിനും വേണ്ടി ഉപയോഗപ്പെടുത്താനും സർ സി പിയുടെ സ്മരണ നിലനിർത്തുന്നതിനു ഒരു സ്മാരകമായി 'സചിവോത്തമ സർ സി പി രാമസ്വാമി അയ്യർ ഷഷ്ട്യബ്ദപൂർത്തി മെമ്മോറിയൽ വാർഡ്' എന്ന് നാമകരണം ചെയ്യുന്നതിനും അന്നത്തെ ചീഫ് സെക്രട്ടറി തലത്തിൽ തീരുമാനിക്കുകയും രഹസ്യ സർക്കുലറുകൾ പുറപ്പെടുവിക്കുകയും ചെയ്തു. കൂടിയ വിലയ്ക്ക് ലേലം കൊള്ളാൻ വന്ന ചിലരെ പൊലീസിനെ വിട്ട് ഭീഷണിപ്പെടുത്തി പിന്തിരിപ്പിച്ചു.

ബാങ്കിന്റെ തിരുവനന്തപുരം ഓഫീസ്

തിരുവനന്തപുരം പബ്ലിക് ഓഫീസിന് എതിർവശത്തായി മെയിൻ റോഡിനോടുചേർന്നാണ് ബാങ്കിന്റെ തിരുവനന്തപുരം ശാഖ പ്രവർത്തിച്ചിരുന്നത്. നാല് റോഡുകൾ കൂടുന്ന ഒരു സ്ഥലമാണിത്. വളരെ നാളുകൾക്ക് മുമ്പ് 40,000/- രൂപയ്ക്ക് വാങ്ങിയതാണീ സ്ഥലവും കെട്ടിടവും. പിന്നീട് പല മോടിപിടിപ്പിക്കലുകളും ഈ കെട്ടിടത്തിന്മേൽ നടന്നു. മോടിപിടിപ്പിക്കലുകൾക്കു ശേഷം ഒന്നര ലക്ഷം രൂപയെങ്കിലും മതിപ്പുവില കിട്ടേണ്ട ഓഫീസ് കെട്ടിടവും സ്ഥലവും ലിക്വിഡേഷനുശേഷമുള്ള ലേലത്തിൽ 16100/- രൂപയ്ക്കാണ് വിറ്റു പോയത്. ലേലത്തിൽ പിടിച്ചതോ ട്രാവൻകൂർ ക്രെഡിറ്റ് ബാങ്കിന്റെ സെക്രട്ടറിയും ട്രാവൻകൂർ നാഷണൽ ആൻഡ് ക്വയ്‌ലോൺ ബാങ്കിന്റെ തിരുവനന്തപുരം ലിക്വിഡേറ്ററുമായ ശിവശങ്കരൻ മുതലാളിയാണ്.

ട്രാവൻകൂർ നാഷണൽ ആന്റ് ക്വയിലോൺ ബാങ്കിന്റെ ആലപ്പുഴ ബ്രാഞ്ച് ഓഫീസ്

തിരുവിതാംകൂർ നാഷണൽ ബാങ്കിന്റെ ആലപ്പുഴയിലെ പ്രധാന ഓഫീസ് ലയനകാലം വരെ പ്രവർത്തിച്ചിരുന്നത് ഈ കെട്ടിടത്തിലാണ്. ഒരു ലക്ഷത്തോളം രൂപ മുടക്കി തിരുവിതാംകൂർ നാഷണൽ ബാങ്ക് 1934-35 കാലയളവിൽ പണികഴിപ്പിച്ച ഈ ബാങ്ക് കെട്ടിടം പരസ്യലേലത്തിൽ 17500/- രൂപയ്ക്കാണ് വിറ്റുപോയത്. ആലപ്പുഴ മുനിസിപ്പാലിറ്റിയാണ് ഈ കെട്ടിടം ലേലത്തിൽ പിടിച്ചത്. കച്ചവടം നടക്കുന്ന സമയത്ത് രണ്ടുലക്ഷം രൂപയെങ്കിലും മതിപ്പ് വില കിട്ടുമായിരുന്നു.

നിക്ഷേപകർക്ക് തുക മടക്കിക്കൊടുക്കുന്നു

ബാങ്കിൽ തുടരെ 'റൺ' ഉണ്ടാക്കുകയും ബാങ്കിന്റെ ആസ്തികൾ നിസ്സാര വിലയ്ക്ക് വില്ക്കേണ്ടി വരികയും ചെയ്തിട്ടു പോലും നിക്ഷേപകർക്ക് ആദ്യ തവണ രൂപയ്ക്ക് 13 അണ എന്ന നിരക്കിലും രണ്ടാമത്തെ തവണ രൂപയ്ക്ക് 2 അണ എന്ന നിരക്കിലും നിക്ഷേപം മടക്കി കൊടുക്കാൻ കഴിഞ്ഞു എന്നുള്ളതുതന്നെ ബാങ്കിന്റെ കരുത്ത് കാണിക്കുന്നതായിരുന്നു. (ഒരു രൂപ= 16 അണ)

സഹതടവുകാരുടെ കാരുണ്യപ്രവൃത്തികൾ

തടവുകാരെക്കൊണ്ട് ജയിൽ നിറഞ്ഞിരുന്നു. ഏകദേശം ആയിരം തടവുകാർ അപ്പോൾ അവിടെയുണ്ടായിരുന്നു. മരണശിക്ഷ വിധിക്കപ്പെട്ടവർ, ജീവപര്യന്തം ശിക്ഷിക്കപ്പെട്ടവർ, വളരെ നാളത്തെ കഠിന തടവിന് ശിക്ഷിക്കപ്പെട്ടവർ ഇങ്ങനെ പലതരത്തിൽപ്പെട്ടവരായിരുന്നു അവർ. സി പി മാത്തൻ താമസിച്ചിരുന്ന സെല്ലിൽ ഇരുപതു തൊട്ട് മുപ്പതു വരെ തടവുകാരെ പാർപ്പിച്ചിരുന്നു. ഓരോരുത്തർക്കും ഓരോ കയറ്റുപായും ഒരു പുതപ്പും ഒരു പായും കൊടുത്തിരുന്നു. എന്നാൽ ഈ ഇടുങ്ങിയ മുറിയിൽ അല്പംപോലും സ്ഥലമില്ലാതെ മാത്തൻ ഞെരുങ്ങുന്ന കാഴ്ച സഹതടവുകാർക്ക് വലിയ മനോവേദനയുളവാക്കി. മാത്തൻ വൈകുന്നേരം തന്റെ സെല്ലിലേക്ക് മടങ്ങിവരുമ്പോൾ കണ്ടിട്ടുള്ള കാഴ്ച അദ്ദേഹത്തിന്റെ ഹൃദയത്തെ ഉലയ്ക്കുന്നതായിരുന്നു. തടവുകാർ അവരുടെ കയറ്റുപായും പായുമെല്ലാം ഒന്നിനുമീതെ ഒന്നായി വെച്ച് തറയിൽ നിന്നും തണുപ്പ് അടിക്കാതിരിക്കാൻ ഉള്ള ഏർപ്പാട് ചെയ്തിരിക്കുകയാണ്. ആ സാധു മനുഷ്യരുടെ സ്നേഹപ്രകടനം മാത്തനെ വല്ലാതെ സ്പർശിച്ചു. എങ്കിലും അവരുടെ പ്രവൃത്തിയെ മാത്തൻ പ്രോത്സാഹിപ്പിച്ചില്ല. "ഇതൊന്നും സാരമില്ല. ഈ നിസ്സാരം കാര്യമെങ്കിലും അവിടുത്തേക്ക് ചെയ്തു തരാൻ കഴിഞ്ഞാൽ ഞങ്ങൾക്ക് അത്രയും സമാധാനത്തോടെ കിടന്നുറങ്ങാൻ കഴിയും." ഇതായിരുന്നു അവരുടെ മറുപടി. ഈ പാവങ്ങളുടെ സ്നേഹവും ദയയും കിട്ടാൻ താൻ അവർക്ക് എന്തു ചെയ്തു കൊടുത്തു എന്നോർത്ത് മാത്തൻ പലപ്പോഴും അതിശയിച്ചു പോയിട്ടുണ്ട്.

മാത്തനോട് യാതൊരു ദാക്ഷിണ്യവും കാട്ടരുതെന്നും ജയിൽ ജോലിക്കാർക്ക് കർശന നിർദ്ദേശം കൊടുത്തിരുന്നു. തടവുകാർക്ക് കൊടുത്തിരുന്ന ഭക്ഷണം അങ്ങേയറ്റം മോശമായിരുന്നു. മോശമായ ഭക്ഷണം അതിലും മോശമായ രീതിയിൽ പാകം ചെയ്തു ഒരുതരത്തിലും കഴിക്കാൻ പാടില്ലാത്ത തരത്തിൽ ആണ് വിളമ്പിയിരുന്നത്. മാത്തന് ഈ ഭക്ഷണവുമായി പൊരുത്തപ്പെടാൻ കഴിഞ്ഞിരുന്നില്ല. ഇതു മനസ്സിലാക്കിയ ചില സഹതടവുകാർ അവർക്ക് ഇല്ലാത്ത രോഗം ഉള്ളതായി നടിക്കും. ഡോക്ടർമാർ അവർക്ക് മുട്ടയും പാലും കുറിക്കും. ഇത് അവർ വാങ്ങി മാത്തനു നല്കും. ചിലപ്പോൾ തടവുപുള്ളികളെ സെല്ലിന് പുറത്ത് പണികൾക്കായി കൊണ്ടു പോകും. ആ സമയത്ത് അവർ ജയിൽ ജീവനക്കാ

രുടെ ക്വാർട്ടേഷ്സിൽ നിന്ന് പഴവും മുട്ടയും സംഘടിപ്പിച്ച് മാത്തന് കൊടുക്കും. അതിന് ആവശ്യമായ പണം 'കള്ളക്കടത്തായി' ജയിൽ വാർഡർമാർ വഴിയോ സന്ദർശർ വഴിയോ എത്തിക്കും. ജയിൽ സൂപ്രണ്ട് ഒരു നല്ല മനുഷ്യനായിരുന്നു. അല്ലറചില്ലറ സ്വാതന്ത്ര്യം അദ്ദേഹം അനുവദിച്ചിരുന്നു. എന്നാൽ രഹസ്യം ജയിലിന് പുറത്തേക്ക് ചോർന്നു പോകരുതെന്ന് മാത്രം. എന്നാൽ ഡെപ്യൂട്ടി ജയിലറുടെ സ്വഭാവം നേരെ മറിച്ചായിരുന്നു. ഇയാളുടെ കുത്തിത്തിരിപ്പുകൊണ്ടായിരിക്കാം ജയിൽപുള്ളികളെ കൂടുതൽ കർശനമായി നിയന്ത്രിച്ചു തുടങ്ങി.

ഒരിക്കൽ വേദനാജനകമെങ്കിലും രസകരമായ ഒരു സംഭവമുണ്ടായി. അത് മാത്തൻ ഇപ്രകാരം വിവരിക്കുന്നു. ഒരിക്കൽ ഒരു സഹതടവുകാരൻ സെല്ലിനു പുറത്തുള്ള സ്ഥലത്ത് ജോലിക്ക് പോയപ്പോൾ മാത്തനു വേണ്ടി രണ്ട് മുട്ട രഹസ്യത്തിൽ സംഘടിപ്പിച്ചു. അയാൾ അത് തടവുകാർക്ക് കുടിക്കാനുള്ള വെള്ളം തരുന്ന ചട്ടിയിൽ ഒളിപ്പിച്ചു വച്ചു. വൈകിട്ട് പതിവുള്ള പരിശോധനയ്ക്കായി ജയിൽ സൂപ്രവൈസർമാർ വന്നു. ജയിലിൽ പല തിരിമറികളും നടക്കുന്നതായി അവർക്ക് അറിവുണ്ടായിരുന്നു. പരിശോധനയിൽ മൺചട്ടിയിൽ ഒളിപ്പിച്ചു വച്ചിരുന്ന 'നിധി' കണ്ടുപിടിക്കപ്പെട്ടു. ഒരു വലിയ കുറ്റം ചെയ്ത ഒരാളെപ്പോലെ അയാളുടെ കാലിലും കൈയിലും വിലങ്ങ് വച്ചു. ഇത് മാത്തന് വലിയ ദുഃഖം ഉളവാക്കി. താൻ കാരണമാണല്ലോ ഈ സാധു മനുഷ്യന്റെ കാലിലും കൈയിലും വിലങ്ങ് വീണത് എന്നോർത്ത് മാത്തൻ വളരെ സങ്കടപ്പെട്ടു. ഇനി മേലാൽ ഇത്തരം കാര്യങ്ങൾ തനിക്കുവേണ്ടി ചെയ്യരുതെന്ന് മാത്തൻ ജയിൽപുള്ളികളോട് പറഞ്ഞു. എന്നാൽ അതിന് അവർ പറഞ്ഞ മറുപടി ഇതായിരുന്നു. "ഈ ജയിലിൽ ഞങ്ങൾക്ക് ആകെയുള്ള ഒരു വിനോദം ഇതു മാത്രമാണ്. സാറ് അത് നശിപ്പിക്കരുത്." സി പി മാത്തന്റെ ജയിൽ ജീവിതത്തിലെ ഏറ്റവും ദുഃഖം നിറഞ്ഞ ഒരു സംഭവം അദ്ദേഹം ഇങ്ങനെ അനുസ്മരിക്കുന്നു.

വാർഡർമാരുടെ ക്രൂരമായ പെരുമാറ്റത്തെപ്പറ്റിയും മോശമായ ഭക്ഷണത്തെപ്പറ്റിയും എല്ലാം തടവുകാരുടെ ഇടയിൽ നാൾക്കുനാൾ അസംതൃപ്തി വർദ്ധിച്ചുവരുന്ന ഒരു കാലമായിരുന്നു അത്. ഒരു ദിവസം ഒരു നായർയുവാവിന്റെ നേതൃത്വത്തിൽ തടവുകാരെ സംഘടിപ്പിച്ച് ജയിൽ വാർഡർമാരെ ആക്രമിച്ചു. ഉടൻതന്നെ ആയുധധാരികളായ ഒരു പറ്റം ജയിൽ വാർഡർമാർ ലഹളക്കാരെ കീഴ്പ്പെടുത്തി, ലഹളക്കാരുടെ നേതാക്കന്മാരെ പിടിച്ചു കൊണ്ടുപോയി ക്രൂരമായ പീഡനങ്ങൾക്ക് ഇരയാക്കി. പിന്നീട് അവരെപ്പറ്റി സഹതടവുകാർ കേട്ടിട്ടുമില്ല. കണ്ടിട്ടുമില്ല. പുറംലോകവും അവരെ കണ്ടിട്ടുമില്ല.

മിസ്സിസ് സി പി മാത്തൻ വൈസ്രോയിക്ക് അപേക്ഷ സമർപ്പിക്കുന്നു

സെഷൻസ് കോടതിയുടെ വിധി ഹൈക്കോടതി ശരിവച്ചതിനെ തുടർന്ന് ബ്രിട്ടീഷ് പ്രിവി കൗൺസിലിനെ സമീപിച്ചെങ്കിലും അവിടെയും

വിധി എതിരായി വന്നു. അങ്ങനെ യാതൊരു പ്രതീക്ഷയ്ക്കും വകയില്ലാതായി. എന്നാൽ പരാജയങ്ങളെയും തിരിച്ചടികളെയും ഒട്ടും വകവയ്ക്കാത്ത ഒരു സ്നേഹിതൻ മാത്തനുണ്ടായിരുന്നു. അത് മറ്റാരുമല്ലായിരുന്നു. തിരുവനന്തപുരം ബാറിലെ പ്രസിദ്ധനായ സിവിൽ വക്കീൽ കെ പി എബ്രഹാമായിരുന്നു. എ കെ ബാസു മാത്തന്റെ കേസ് ഏറ്റെടുക്കുന്നതിന് മുമ്പ് കെ പി എബ്രഹാം ഒറ്റയ്ക്കായിരുന്നു കേസ് നടത്തിയിരുന്നത്. ജഡ്ജിന്റെ പക്ഷപാതപരമായ നടപടികളിൽ പ്രതിഷേധിച്ച് ബാസു കേസ് വച്ചൊഴിഞ്ഞ് പോയപ്പോഴും കെ പി എബ്രഹാമാണ് മാത്തന്റെ കേസ് നോക്കിയിരുന്നത്.

കേസ് സംബന്ധമായി ലഭ്യമായ രേഖകളും തിരുവിതാംകൂർ കോടതിയുടെ വിധി പകർപ്പുകളും എല്ലാം ശേഖരിച്ച് കെ പി എബ്രഹാം ഇന്ത്യയുടെ അഡ്വക്കേറ്റ് ജനറൽ ബി എൽ മിറ്ററെ കണ്ടു. അപ്പോൾ അദ്ദേഹം സിംലയിൽ ആയിരുന്നു. അദ്ദേഹം തിരുവിതാംകൂർ കോടതിയുടെ വിധിയും മറ്റ് അനുബന്ധ രേഖകളും എല്ലാം വിശദമായി പഠിച്ചു. വ്യക്തമായ തെളിവുകളുടെ പിൻബലത്തോടെ ബാർവെല്ലും കെ ജി നായരും, കെ പി എബ്രഹാമും നടത്തിയ വാദവും മറ്റും പരിശോധിച്ച് ബോദ്ധ്യപ്പെട്ട മിറ്റർ ഈ കേസിന് നിലനില്പില്ലെന്നും വിധി പക്ഷപാതപരമാണെന്നും അഭിപ്രായപ്പെട്ടു. മിറ്റർ അനുകൂലമായ നിയമോപദേശം തന്നതോടെ കെ പി എബ്രഹാം, മിസിസ് മാത്തന്റെ പേരിൽ ഒരു അപേക്ഷ തയ്യാറാക്കി ബി എൽ മിത്തറിന്റെ അഭിപ്രായവും ചേർത്ത് വൈസ്രോയി ലിൻലിത്ഗോ പ്രഭുവിന് അയച്ചുകൊടുത്തു. ഇത് സി പി ഒട്ടും പ്രതീക്ഷിക്കാത്ത ഒരു അസാധാരണ നടപടിയായിരുന്നു.

എന്നാൽ അത് രണ്ടാം ലോക മഹായുദ്ധം കൊടുമ്പിരിക്കൊണ്ടിരിക്കുന്ന സമയമായിരുന്നു. ഇത്തരം കാര്യങ്ങളിൽ ശ്രദ്ധിക്കാൻ വൈസ്രോയിക്ക് സമയം തീരെ കിട്ടിയിരുന്നില്ല. എന്നാൽ വൈസ്രോയിയുടെ മേശപ്പുറത്ത് അപേക്ഷ എത്തിച്ചേർന്നു എന്ന് മാത്തന്റെ ഇംഗ്ലീഷുകാരനായ ഒരു സുഹൃത്തിൽനിന്ന് മനസ്സിലാക്കാൻ കഴിഞ്ഞു. കാര്യങ്ങൾ മാത്തന് അനുകൂലമായി മാറുകയായിരുന്നു.

ബി എൽ മിറ്ററിന്റെ അഭിപ്രായത്തോടൊപ്പം മിസ്സിസ് മാത്തന്റെ അപേക്ഷയും വൈസ്രോയിയുടെ പക്കൽ എത്തിച്ചേർന്നു എന്ന് അറിഞ്ഞപ്പോൾ സി പി രാമസ്വാമി അയ്യർക്ക് ഉണ്ടായ ഭയം ചില്ലറയായിരുന്നില്ല. തിരുവിതാംകൂർ കോടതി നിഷ്പക്ഷമായല്ല പെരുമാറുന്നതെന്നും ഈ കേസിൽ ശിക്ഷ വിധിക്കപ്പെട്ട് ജയിലിൽ കഴിയുന്നവർ വൈസ്രോയിയുടെ അതേ മതത്തിൽപ്പെട്ടവരാണെന്നും അവർ കെട്ടി ഉയർത്തിയ വ്യവസായ സാമ്രാജ്യം തകർത്തത് സി പിയാണെന്നും ഉള്ള വസ്തുത വൈസ്രോയി മനസ്സിലാക്കുന്നത് സി പിയിൽ പരിഭ്രാന്തി ഉളവാക്കി.

സി പി യെ അനുനയിപ്പിക്കാൻ അബ്ദുൾ കരീമിനെ നിയോഗിക്കുന്നു

ഒരു ദിവസം പൊലീസ് ഐ ജി അബ്ദുൾ കരീം മാത്തനെ വിളിപ്പിച്ച് മാത്തൻ സമർപ്പിച്ചിരുന്ന അപേക്ഷ വൈസ്രോയി തള്ളിയതായി ചീഫ് സെക്രട്ടറിയിൽ നിന്ന് കത്ത് ലഭിച്ചതായി പറഞ്ഞു. എന്നാൽ താൻ വൈസ്രോയിക്ക് അപേക്ഷയൊന്നും സമർപ്പിച്ചിട്ടില്ലെന്ന് മാത്തൻ വ്യക്തമാക്കി. തടവുപുള്ളിയായ തനിക്ക് ഐ ജി അറിയാതെ ആർക്കും അപേക്ഷ അയയ്ക്കാൻ കഴിയുകയില്ലെന്നും മാത്തൻ കരീമിനെ ഓർമ്മിപ്പിച്ചു. മിസ്സിസ് മാത്തൻ വൈസ്രോയിക്ക് അയച്ച അപേക്ഷയാണ് കരീം സൂചിപ്പിച്ചത്. വൈസ്രോയി അപേക്ഷ തള്ളിയെന്ന് കരിം പറഞ്ഞത് മാത്തനെ അധൈര്യപ്പെടുത്താനാണ്. ഈ കൂടിക്കാഴ്ചയ്ക്ക് ശേഷം കുറേ ആഴ്ചകൾ കഴിഞ്ഞുപോയി. കരീം വീണ്ടും മാത്തനെ വിളിപ്പിച്ചു. സി പി രാമസ്വാമി അയ്യർക്ക് മാത്തനോട് യാതൊരു വിരോധവും ഇല്ലെന്നും വെല്ലിങ്ടൺ പ്രഭുവിന്റെ തിരുവിതാംകൂർ സന്ദർശന സമയത്ത് മാത്തൻ ചെയ്ത ഉപകാരങ്ങൾ താൻ വിസ്മരിച്ചിട്ടില്ലെന്നും അതുകൊണ്ട് മാത്തന്റെ ജയിൽവാസം നീട്ടിക്കൊണ്ടു പോകാൻ ആഗ്രഹിക്കുന്നില്ലെന്നും അറിയിച്ചു. എന്നാൽ ജയിൽ മോചനം സാദ്ധ്യമാക്കുന്നതിന് മാത്തൻ ഒരു ഉറപ്പ് എഴുതി നല്കണം. ജയിൽ മോചിതനായാൽ താൻ ഒരിക്കലും തിരുവിതാംകൂർ സ്റ്റേറ്റ് കോൺഗ്രസിനെ സാമ്പത്തികമായി സഹായിക്കുകയില്ലാ എന്നുള്ളതാണ് ആ ഉറപ്പ്. ഇന്ത്യൻ നാഷണൽ കോൺഗ്രസിനെ സാമ്പത്തികമായി സഹായിക്കുന്നതിന് സി പി എതിരല്ല. സി പി തന്നെ അങ്ങനെ ചെയ്യുന്നുമുണ്ട്. ഇതിന് സി പി മാത്തന്റെ മറുപടി ഇങ്ങനെയായിരുന്നു. "എനിക്ക് എന്റെ പറക്കമുറ്റാത്ത മക്കളെ വളർത്താൻ പോലുമുള്ള സാമ്പത്തിക ശേഷിയില്ല. പിന്നെയല്ലേ ഇന്ത്യൻ നാഷണൽ കോൺഗ്രസും തിരുവിതാംകൂർ സ്റ്റേറ്റ് കോൺഗ്രസും." ഇതിനുള്ള സി പി യുടെ മറുപടി ഒരിക്കൽ ജയിൽ വിമോചിതനായാൽ മാത്തൻ രണ്ടുവർഷത്തിനുള്ളിൽ വീണ്ടും വലിയ ധനികനായിത്തീരുമെന്നായിരുന്നു.

മിസ്സിസ് മാത്തന്റെ അപേക്ഷ വൈസ്രോയി പഠിക്കുന്നു

സി പി മാത്തനെ ചില ഉറപ്പുകൾ എഴുതിവാങ്ങി മോചിപ്പിക്കാൻ സി പി രാമസ്വാമി അയ്യർ ധൃതികൂട്ടുമ്പോൾ വൈസ്രോയി മിസിസ് മാത്തന്റെ അപേക്ഷ പരിശോധിക്കുകയായിരുന്നു. മന്ദഗതിയിൽ നടന്നിരുന്ന കാര്യങ്ങൾ ശീഘ്രഗതിയിൽ ആയി. മാത്തന്റെ മോചനത്തിനുള്ള സാദ്ധ്യതകൾ ഏറിവന്നു. കാര്യങ്ങൾ ഇങ്ങനെയിരിക്കുമ്പോൾ ഡിസംബർ മാസം (1941) അവസാനം കരീം വീണ്ടും മാത്തനെ വിളിപ്പിച്ചു. ദിവാന്റെ പ്രത്യേക നിർദ്ദേശപ്രകാരമാണ് താങ്കളെ വിളിപ്പിച്ചിരിക്കുന്നതെന്ന് കരീം പറഞ്ഞു. ദിവാൻ താങ്കളെ മോചിപ്പിക്കാൻ ആഗ്രഹിക്കുന്നു. സി പിയുടെ മനസ്സിൽ പല വ്യവസായ പദ്ധതികളും ഉണ്ട്. എല്ലാത്തിന്റെയും ഉത്തര

വാദിത്വം മാത്തനെ ഏല്പിക്കണമെന്നാണ് സി പി ആഗ്രഹിക്കുന്നത്. ക്ഷമാപണമോ ഉടമ്പടിയോ ഒന്നും എഴുതിത്തരണ്ട കേവലം മൂന്ന് വാക്കുകൾ മാത്രം മതി.

Please Release Me

ഇത്രയും എഴുതിത്തന്നാൽ ഒരു മണിക്കൂറിനുള്ളിൽ മാത്തൻ മോചിതനാകും. ഇതിന് മാത്തന്റെ മറുപടി ഇങ്ങനെയായിരുന്നു. "ഞാൻ തയ്യാറല്ല. മോചനത്തിനുശേഷം മദ്രാസിൽ ചെന്ന് ഭാര്യയെയും മക്കളെയും കാണാൻ അവസരം തന്നാലും താങ്കൾ വച്ചു നീട്ടിയിരിക്കുന്ന ഔദാര്യം ഞാൻ തിരസ്കരിക്കുന്നു."

മോചനം

മൂന്നാഴ്ചയ്ക്ക് ശേഷം 22-1-1942 ൽ കരീം വീണ്ടും മാത്തനെ വിളിപ്പിച്ചു. ഇപ്രാവശ്യം അദ്ദേഹം വളരെ സന്തോഷവാനായിരുന്നു. മാത്തനെ ഉടൻ മോചിക്കുവാൻ ഉത്തരവ് കിട്ടിയിരിക്കുന്നതായി കരിം അറിയിച്ചു. മാത്തൻ ആവശ്യപ്പെടുന്ന ഏതു സ്ഥലത്തും കരിം തന്റെ കാറിൽ മാത്തനെ കൊണ്ട്വിടാമെന്ന് അറിയിച്ചു.

വികാര നിർഭരമായ വിടവാങ്ങൾ

ജയിലിൽനിന്ന് മോചിതനാകുന്നതിന്മുമ്പ് തനിക്ക് പരിപാവനമായ ഒരു കടമ നിർവ്വഹിക്കുവാനുണ്ടെന്ന് മാത്തൻ കരീമിനെ അറിയിച്ചു. ജയിലിലെ സഹതടവുകാരോട് യാത്ര പറയാനുള്ള സമയം അനുവദിക്കണമെന്ന് അദ്ദേഹം കരീമിനോട് അപേക്ഷിച്ചു. സന്തോഷപൂർവ്വം കരീം അത് സമ്മതിക്കുകയും ചെയ്തു. മരണ ശിക്ഷ വിധിക്കപ്പെട്ടു കഴിഞ്ഞിരുന്ന പലരും തന്റെ സ്നേഹിതന്മാരായിരുന്നു. കരീം തന്നെ പോയി ഈ ജയിൽപ്പുള്ളികളുടെ സെല്ലുകൾ തുറന്ന് കൊടുത്തു. മാത്തൻ ആ സെല്ലിൽ കയറിച്ചെന്ന് അവരെ അവസാനമായി കെട്ടിപ്പുണർന്നു. താൻ ജയിൽ മോചിതനായി എന്നറിഞ്ഞപ്പോൾ അവർക്കുണ്ടായ സന്തോഷം വിവരിക്കാൻ പ്രയാസമാണ്.

പിന്നീട് ജയിലിനുചുറ്റും നടന്ന് മറ്റ് സഹതടവുകാരെയും കണ്ട് യാത്ര പറഞ്ഞ് പിരിയുമ്പോൾ മാത്തന്റെയും സഹതടവുകാരുടെയും കണ്ണുകൾ ഒരുപോലെ നിറഞ്ഞൊഴുകി.

സി പി മാത്തന്റെ കുടുംബം

എ ഡി ഒന്നാം നൂറ്റാണ്ടിൽ കൊടുങ്ങല്ലൂർ ലോകത്തിലെ അറിയപ്പെട്ട ഒരു തുറമുഖ പട്ടണമായിരുന്നു. അന്നത്തെ അറിയപ്പെട്ട എല്ലാ രാജ്യങ്ങളിൽനിന്നും കപ്പലുകൾ കുരുമുളകും സുഗന്ധ വ്യഞ്ജനങ്ങളും കൊണ്ടുപോകുന്നതിന് കൊടുങ്ങല്ലൂർ തുറമുഖത്ത് എത്തിയിരുന്നു. ഇവിടെ യഹൂദരായ ഒരു വർത്തക സമൂഹവും ഉണ്ടായിരുന്നു. ഇസ്രേയ

ലിലെ കാണാതെപോയ ആടുകളെത്തേടി *തോമാശ്ലീഹ എ ഡി 52 ൽ ഈ തുറമുഖത്ത് എത്തിച്ചേർന്നുവെന്നു ക്രൈസ്തവ പാരമ്പര്യം ഉദ്ഘോഷിക്കുന്നു. ഇവിടെനിന്നും ആണ് ശ്ലീഹാ തന്റെ പ്രേഷിത പ്രവർത്തനം ആരംഭിക്കുന്നത്. കൊടുങ്ങല്ലൂരുള്ള കുറേ യഹൂദരെ ജ്ഞാനസ്നാനം ചെയ്തു ക്രിസ്തുമാർഗ്ഗത്തിൽ കൂട്ടിയ ശേഷം ഒരു തുറമുഖ പട്ടണവും കച്ചവട കേന്ദ്രവുമായ കൊല്ലത്തേക്കും അവിടെനിന്നു നെൽക്കിണ്ട (നിരണം) എന്ന തുറമുഖപട്ടണത്തേക്കും അവിടെനിന്ന് പമ്പാനദിയുടെ തീരത്തുള്ള ചായൽ (നിലയ്ക്കൽ) എന്ന മലമ്പ്രദേശത്തേക്കും അവിടെ നിന്ന് കൊക്കമംഗലത്തേക്കും അവിടെനിന്ന് കോട്ടുകാവി (പറവൂർ)ലേക്കും പിന്നീട് മാല്യങ്കര എന്ന സ്ഥലത്തും സുവിശേഷം അറിയിക്കുകയും പള്ളികൾ സ്ഥാപിക്കുകയും ചെയ്തു. മാല്യങ്കരയുള്ള പാലയൂർ ഗ്രാമത്തിൽ വച്ചാണ് തോമാശ്ലീഹ ഏഴ് ബ്രാഹ്മണകുടുംബങ്ങളെ മാമോദിസ മുക്കി ക്രിസ്തുമതത്തിൽ ചേർത്തതായി ക്രൈസ്തവ പാരമ്പര്യം പറയുന്നത്.

കൊടുങ്ങല്ലൂർ തുറമുഖം കടലെടുത്ത് പോയതോടെ അവിടെയുള്ള യഹൂദരും ക്രിസ്ത്യാനികളുമായ കച്ചവടക്കാർ മറ്റൊരു തുറമുഖമായ കൊല്ലത്തേക്ക് മാറി. കാലക്രമേണ കൊല്ലത്തിനും പ്രാധാന്യം നഷ്ടപ്പെട്ടു. അതോടൊപ്പം ക്രൈസ്തവരായ കച്ചവടക്കാർ ചങ്ങനാശ്ശേരി, ഏറ്റുമാനൂർ, കടുത്തുരുത്തി, കുറവിലങ്ങാട് തുടങ്ങിയ സ്ഥലങ്ങളിലേക്കു കുടിയേറിപ്പാർത്തു.

ഇങ്ങനെ കുറവിലങ്ങാട് കുടിയേറിപ്പാർത്തവരാണ് സി പി മാത്തന്റെ പൂർവ്വികർ. അതിൽ ഇട്ടി മാത്തൻ എന്ന പൂർവ്വികനാണ് സി പി മാത്തന്റെ കുടുംബമായ ചാലക്കുഴി കുടുംബത്തിന്റെ സ്ഥാപകൻ. ഇദ്ദേഹം സഹോദരനോടൊപ്പം തിരുവില്ലായ്ക്ക് വടക്കു പടിഞ്ഞാറുള്ള ചാലക്കുഴി മുറി എന്ന സ്ഥലത്ത് വന്ന് താമസിച്ചു. ഇദ്ദേഹം എ ഡി 1800 ൽ നിര്യാതനായി. അദ്ദേഹത്തിന്റെ സന്താന പരമ്പരകളിൽ ഒരാളായ മാമ്മൻ പൗലൂസിന്റെ പുത്രനാണ് സി പി മാത്തൻ.

സി പി മാത്തൻ - ഏലിയാമ്മ ദമ്പതികൾക്ക് രണ്ടു പുത്രന്മാരും അഞ്ചു പുത്രിമാരുമാണ് ഉണ്ടായിരുന്നത്. ഇവർ പി മാത്തൻ, വി മാത്തൻ, ഓമന, മറിയാമ്മ, ഷീല, ഏലിയാമ്മ, സാറാമ്മ എന്നിവരാണ്.

ജീവിതത്തിന്റെ വ്യത്യസ്ത തുറകളിൽ പിതാവിനെപ്പോലെ തന്നെ മക്കളും പ്രഗത്ഭരാണ്.

സി പി മാത്തൻ ഓർത്തഡോക്സ് സഭാംഗമായിരുന്നു. അദ്ദേഹത്തിന്റെ പൂർവ്വികർ സഭയ്ക്കും സമുദായത്തിനും ചെയ്തിട്ടുള്ള സേവനങ്ങൾ നിസ്തുലമാണ്. തിലുവല്ലയിലുണ്ടായിരുന്ന ഒരു ചെറിയ പള്ളി പത്തില്ലത്ത് പോറ്റിമാർ തീവച്ച് നശിപ്പിച്ചപ്പോൾ മാത്തന്റെ പൂർവ്വികർ കേണൽ മൺറോയെ കണ്ട് നിവേദനം സമർപ്പിക്കുകയും പോറ്റിമാർക്ക്

---

* തോമാശ്ലീഹ കേരളത്തിൽ വന്ന് പ്രേഷിത പ്രവർത്തനം നടത്തിയെന്ന് ക്രൈസ്തവ പാരമ്പര്യത്തിൽ പറയുന്ന കഥ ആധുനിക ചരിത്രകാരന്മാരിൽ പലരും നിഷേധിച്ചിരിക്കുകയാണ്.

പിഴ ഇടുവിക്കുകയും ചെയ്തു. അവർ ഒടുക്കിയ പിഴപ്പണം കൊണ്ട്, നശിപ്പിക്കപ്പെട്ട പള്ളിയുടെ സ്ഥാനത്ത് നിർമ്മിച്ചതാണ് ഇന്നത്തെ പാലിയേക്കര സെന്റ് ജോർജ്ജ് ഓർത്തഡോക്സ് പള്ളി.

ജയിലിലെ അനുഭവങ്ങൾ ആഡംബരത്തെയും പ്രതാപത്തെയും സ്നേഹിച്ചിരുന്ന മാത്തനെ ഒരു തത്ത്വചിന്തകനാക്കി മാറ്റി. അദ്ദേഹത്തിന്റെ ആത്മകഥയിലൂടെ കണ്ണോടിക്കുന്ന ഒരാൾക്ക് ഇതു ബോദ്ധ്യമാകും. അദ്ദേഹത്തിന്റെ ആത്മകഥ ബൈബിളിൽനിന്നുള്ള ഉദ്ധരണികളാൽ സമൃദ്ധമാണ്. നാബോത്തിന്റെ മുന്തിരിത്തോട്ടവും യേശു പാപിനിയായ സ്ത്രീക്ക് പാപമോചനം അരുളുന്നതുമെല്ലാം മാത്തൻ സന്ദർഭോചിതമായി ഇതിൽ ഉപയോഗിച്ചിട്ടുണ്ട്.

സി പി മാത്തൻ ആഡംബരത്തെ സ്നേഹിച്ച വ്യക്തി

സി പി മാത്തനെ കെ എം മാത്യു തന്റെ ആത്മകഥയായ *എട്ടാമത്തെ മോതിര* ത്തിൽ ഇങ്ങനെ അനുസമരിക്കുന്നു.

“സി പി മാത്തൻ എപ്പോഴും ഒരു വലിയ ബാങ്കറുടെ അന്തസ്സിന് യോജിച്ച രീതിയിലാണ് കഴിഞ്ഞിരുന്നത്. വലിയ കാറുകൾ. ട്രെയിനിൽ ഫസ്റ്റ് ക്ലാസിൽ മാത്രം യാത്ര. സൂട്ടാണ് എപ്പോഴും ധരിക്കുക. പൈപ്പു വലിക്കും. മുന്തിയ ഹോട്ടലുകളിൽ താമസം.

ബാങ്കിന്റെ ലയനശേഷം സി പി മാത്തനും അപ്പച്ചനും സംയോജിത ബാങ്കിന്റെ നായകന്മാരായിട്ടും ഒരേ യോഗത്തിൽ പങ്കെടുക്കുന്നതിന് വേണ്ടി തീവണ്ടിയിൽ വരുമ്പോൾ സി പി മാത്തൻ ഒന്നാം ക്ലാസിലും അപ്പച്ചൻ രണ്ടാം ക്ലാസിലും ആയിരുന്നു യാത്ര ചെയ്തിരുന്നത്.”

സി പി മാത്തന്റെ സ്പ്രിങ് കട്ടിൽ

സി പി മാത്തനെ ഗ്രീക്ക് ദുരന്ത കഥാപാത്രങ്ങളോട് പലരും ഉപമിക്കാറുണ്ട്. അദ്ദേഹത്തിന്റെ ജീവിതത്തിലെ പല സംഭവങ്ങളും ഒരു ഗ്രീക്ക് ദുരന്തകഥാപാത്രത്തെ അനുസ്മരിപ്പിക്കുന്നതാണ്. അത്തരത്തിലുള്ള ഒരു സംഭവമാണ് സി പി മാത്തന്റെ സ്പ്രിങ് കട്ടിൽ ഐറണി.

ഒരിക്കൽ മാത്തൻ വില കൂടിയ ഒരു സ്പ്രിങ് കട്ടിൽ ബോംബെയിലെ ഒരു കമ്പനിയിൽനിന്നും വാങ്ങി. എന്നാൽ അതിന് ഒരു സ്പ്രിങ് കുറവായിരുന്നു. മാത്തൻ ഉടൻതന്നെ ബോംബെയിലെ കമ്പനിയുടെ ഉടമസ്ഥന്മാരെ ഫോണിൽ വിളിച്ച് ശകാരിച്ചു. മാത്തന്റെ ശകാരത്തിനു മുമ്പിൽ കമ്പനിക്കാർ മുട്ടുമടക്കി. പിറ്റേ ദിവസം മാത്തൻ ഉറങ്ങുന്നതിനു മുമ്പ് കമ്പനിക്കാർ പുതിയ കട്ടിൽ കൊണ്ടുവന്നു. സി പിയുടെ തടവറയിൽ കയറ്റുപായയിൽ ജമുക്കാളങ്ങൾ വിരിച്ച് ഒരു തലയിണപോലും ഇല്ലാതെ കിടക്കേണ്ടിവന്നപ്പോൾ തന്റെ സഹതടവുകാരനും കമ്യൂണിസ്റ്റു നേതാവുമായ പുതുപ്പള്ളി രാഘവനോട് സി പി മാത്തൻ തന്നെ ഈ കഥ പറഞ്ഞിട്ടുണ്ട്.

സി പി മാത്തന്റെ സഹധർമ്മിണി

സി പി മാത്തന്റെ ജീവിതം സുഖത്തിനും ദുഃഖത്തിനും ഇടയിലുള്ള ഒരു ഊഞ്ഞാലാട്ടമായിരുന്നു. അദ്ദേഹം സുഖാനുഭവങ്ങളുടെ പറുദീസയിലേക്ക് ഉയർത്തപ്പെട്ടിട്ടുണ്ട്. അവിടെനിന്ന് അതുപോലെതന്നെ താഴേക്ക് പതിക്കുകയും ചെയ്തിട്ടുണ്ട്. ഭർത്താവിന്റെ ജീവിതത്തിലെ സുഖങ്ങളിലും ദുഃഖങ്ങളിലും ഒരുപോലെ പങ്കുവഹിച്ച ഒരു സാധ്വിയായിരുന്നു അദ്ദേഹത്തിന്റെ ഭാര്യ ഏലിയാമ്മ. തിരുവല്ല പുളിക്കപ്പറമ്പിൽ പി ഐ വർഗ്ഗീസ് ജഡ്ജിയുടെ സഹോദരിയാണ് ഏലിയാമ്മ. സി പി മാത്തൻ ബിസിനസ് ആവശ്യങ്ങൾക്കുവേണ്ടി സ്വദേശത്തും വിദേശത്തും യാത്ര ചെയ്തപ്പോഴും സർ സി പിയുടെ തടവിൽ കഴിഞ്ഞപ്പോഴും എല്ലാം കുടുംബത്തിന്റെ മുഴുവൻ ഉത്തരവാദിത്വവും ഏറ്റെടുത്ത് നടത്തി. ജയിലിലായിരുന്ന ഭർത്താവിനെ ആശ്വസിപ്പിച്ചുകൊണ്ട് എല്ലാ ദിവസവും അവർ ഓരോ എഴുത്ത് വീതം ജയിലിലേക്ക് അയയ്ക്കുമായിരുന്നു. ഇത് ജയിൽ വാർഡർമാർ അറിഞ്ഞും അറിയാതെയും മാത്തന്റെ പക്കൽ എത്തിച്ചേർത്തിരിക്കും. ഈ എഴുത്തുകളാണ് താൻ കെട്ടിയുയർത്തിയ വ്യവസായ സാമ്രാജ്യം മുഴുവൻ തകർന്ന് തരിപ്പണമായി കിടക്കുന്നത് കണ്ട് ഭഗ്നാശയനായിത്തീർന്ന മാത്തന് ശക്തിയും ധൈര്യവും പകർന്നത്. ശക്തിക്കപ്പുറമുള്ള കഠിന പരീക്ഷകളിൽപ്പെട്ട് തകർന്ന് പോകുമെന്ന ഘട്ടമെത്തിയപ്പോൾ പിടിച്ചുനില്ക്കാനും പോരാട്ടം തുടരാനും പ്രചോദനം നല്കിയത് തന്റെ ഭാര്യയുടെ സാന്ത്വനം നിറഞ്ഞ കത്തുകൾ ആയിരുന്നുവെന്ന് മാത്തൻ തന്റെ ആത്മകഥയിൽ അനുസ്മരിക്കുന്നുണ്ട്. മാത്തൻ ജയിൽ വിമോചിതനായപ്പോൾ ആ കത്തുകൾ എല്ലാം തന്റെ കൂടെ കൊണ്ടുപോന്നു. ആ കത്തുകളും ഡയറിക്കുറിപ്പുകളും തിരുവനന്തപുരത്തുള്ള KCHR ലൈബ്രറിക്ക് കൈമാറിയിട്ടുണ്ട്. സി പി മാത്തൻ തന്റെ ആത്മകഥ എഴുതി പ്രസിദ്ധീകരിച്ചു കാണണമെന്നത് ആ മഹതിയുടെ വലിയ ഒരു ആഗ്രഹമായിരുന്നു. പിന്നീട് സി പി മാത്തൻ തന്റെ ആത്മകഥ എഴുതിയപ്പോൾ ഒരു പ്രധാന രേഖയായിത്തീർന്നത് ഈ ഡയറിക്കുറിപ്പുകൾ ആയിരുന്നു.

സി പി മാത്തൻ ജയിലിലായിരുന്നപ്പോൾ അദ്ദേഹത്തിനുവേണ്ടി നിയമയുദ്ധം നടത്തിയതും ഈ സാധ്വി തന്നെയായിരുന്നു. തിരുവിതാംകൂർ കോടതിയിൽ നിന്നും നീതി ലഭിക്കുകയില്ലെന്ന് ഉറപ്പായപ്പോൾ തന്റെ സഹോദരീ ഭർത്താവായ അഡ്വ. കെ പി എബ്രഹാം മുഖാന്തരം ഇന്ത്യ വൈസ്രോയി ലിൻലിത്ഗോ പ്രഭുവിന് അപേക്ഷ സമർപ്പിച്ചതും ഇവർ തന്നെയാണ്. ഈ അപേക്ഷയാണല്ലോ മാത്തന്റെ മോചനത്തിന് കാരണമായത്. സി പി മാത്തൻ തന്റെ ആത്മകഥയായ *I Have Borne Much* (ഞാൻ ഏറെ സഹിച്ചു) എന്ന പുസ്തകം സമർപ്പിച്ചിട്ടുള്ളത് തന്റെ സഹധർമ്മിണിക്കാണ്.

ആരുടെ മുമ്പിലും മുട്ടുമടക്കാത്ത ആത്മാഭിമാനി

ഏതു പ്രതിസന്ധിഘട്ടത്തിലും തളരാത്ത വ്യക്തിത്വത്തിന്റെ ഉടമയായിരുന്നു സി പി മാത്തൻ. തന്റെ അഭിമാനത്തിനപ്പുറമായി അദ്ദേഹത്തിന് ഒട്ടും തന്നെയുണ്ടായിരുന്നില്ല. സർ സി പി യുടെ മുമ്പിൽ ഒന്ന് മുട്ടുമടക്കിയിരുന്നെങ്കിൽ മാത്തന് ജയിൽവാസത്തിൽനിന്ന് രക്ഷപ്പെടാമായിരുന്നു. സർ സി പി യുടെ ആഗ്രഹവും മാത്തനെ തന്റെ മുമ്പിൽ മുട്ടുകുത്തിക്കുക എന്നതായിരുന്നു. അതിനുവേണ്ടി അദ്ദേഹം കിണഞ്ഞു പരിശ്രമിച്ചു. മൂന്നു വാക്കിൽ ഒരു ക്ഷമാപണം എഴുതി തന്നാൽ മാത്രം മതി എന്നുവരെ സർ സി പി പറഞ്ഞുനോക്കി. എന്നാൽ ക്ഷമാപണം നടത്തുകയില്ല എന്ന നിലപാടിൽ തന്നെ മാത്തൻ ഉറച്ചു നിന്നു.

മോചനത്തിനു ശേഷം

ജയിൽമോചിതനായ ശേഷം സി പി മാത്തൻ മദ്രാസിലേക്ക് മടങ്ങി. തകർന്നു പോയ തന്റെ ബിസിനസ് സാമ്രാജ്യം വീണ്ടും കെട്ടി ഉയർത്തുവാൻ അദ്ദേഹം ശ്രമിച്ചില്ല. എന്നാൽ രാഷ്ട്രീയ സാമൂഹിക കാര്യങ്ങളിൽ എല്ലാം സജീവമായി ഇടപെട്ടുകൊണ്ടിരുന്നു. അങ്ങനെയിരിക്കെ 1951 ലെ ലോകസഭാ തിരഞ്ഞെടുപ്പ് വന്നു. അദ്ദേഹം തിരുവല്ലാ നിയോജകമണ്ഡലത്തിൽനിന്നും കോൺഗ്രസ് സ്ഥാനാർത്ഥിയായി മത്സരിച്ച് വമ്പിച്ച ഭൂരിപക്ഷത്തോടെ വിജയിച്ചു. പിന്നീട് അഞ്ചു വർഷം പാർലമെന്റ് അംഗം എന്ന നിലയിൽ നിസ്തുലമായ സേവനം നടത്തി. കേരളത്തിന്റെ വ്യവസായ പുരോഗതിക്ക് വേണ്ട നിർദ്ദേശങ്ങൾ അദ്ദേഹം നല്കിക്കൊണ്ടിരുന്നു. അദ്ദേഹത്തിന്റെ രാജ്യസ്നേഹവും കഴിവും പ്രധാനമന്ത്രി നെഹ്റുവിൽ വലിയ മതിപ്പ് ഉളവാക്കി. നെഹ്റു അദ്ദേഹത്തെ സുഡാനിലെ അംബാസഡറായി നിയമിച്ചു.

അവസാന നാളുകൾ

സി പി മാത്തന്റെ ആരോഗ്യം അനുദിനം മോശമായിക്കൊണ്ടിരുന്നു. കാലാവധി തീരുംവരെ അംബാസഡർ പദവിയിൽ തുടരാൻ അദ്ദേഹത്തിന് കഴിഞ്ഞില്ല. അദ്ദേഹം നാട്ടിലേക്ക് മടങ്ങി. നാട്ടിൽ എത്തി വിശ്രമ ജീവിതം നയിക്കുമ്പോഴും സാമൂഹ്യ കാര്യങ്ങളിൽ ഇടപെട്ടുകൊണ്ടിരുന്നു. അങ്ങനെയിരിക്കുമ്പോൾ ഹോളണ്ടിൽ വെച്ച് നടന്ന അന്തർദ്ദേശീയ ക്രിസ്ത്യൻ ഫെലോഷിപ്പിന്റെ സമ്മേളനത്തിൽ പ്രസംഗിക്കാൻ അദ്ദേഹത്തിന് ക്ഷണം ലഭിച്ചു. സമ്മേളനത്തിനു ശേഷം അദ്ദേഹം പാരീസിലേക്ക് പോയി. അവിടെ വച്ച് അദ്ദേഹത്തിന് ഹൃദയസ്തംഭനം ഉണ്ടായി. അങ്ങനെ ചാലക്കുഴിയിൽ പൗലൂസ് മാത്തൻ എന്ന സി പി മാത്തൻ 1960 ജൂൺ 3-ാം തീയതി തന്റെ 70-ാംമത്തെ വയസ്സിൽ കാലയവനികയ്ക്കുള്ളിൽ മറഞ്ഞു.

ഉപസംഹാരം

തിരുവിതാംകൂറിൽ ധാതുമണൽ നിക്ഷേപത്തിന്റെയും കളിമണ്ണിന്റെയും (ചൈനാ ക്ലേ) സാദ്ധ്യതകൾ മനസ്സിലാക്കിയ രണ്ടു മലയാളികളാണ് ഐ സി ചാക്കോയും സി പി മാത്തനും. ഐ സി ചാക്കോ തിരുവിതാംകൂർ സർക്കാരിന്റെ സ്കോളർഷിപ്പോടെ ലണ്ടനിൽനിന്നും ഭൂഗർഭ വിജ്ഞാനീയത്തിൽ (Geology) ഉന്നത ബിരുദം സമ്പാദിച്ച് ആളാണ്. പിന്നീട് അദ്ദേഹം തിരുവിതാംകൂറിന്റെ വ്യവസായ ഡയറക്ടറായിത്തീർന്നു. ഐ സി ചാക്കോ തിരുവിതാംകൂറിന്റെ ധാതുനിക്ഷേപത്തെയും കളിമണ്ണിനെയും കണ്ടത് ഒരു ശാസ്ത്രജ്ഞന്റെ കണ്ണുകൊണ്ടാണ്. സി പി മാത്തനാകട്ടെ, ഒരു കച്ചവടക്കാരന്റെ കണ്ണിലൂടെയും. ഈ ധാതുനിക്ഷേപത്തിന്റെയും കളിമണ്ണിന്റെയും കച്ചവടമൂല്യം യൂറോപ്പിലെയും അമേരിക്കയിലെയും ബിസിനസുകാർ നേരത്തെ മനസ്സിലാക്കിയിരുന്നു. അവർ തിരുവിതാംകൂറിൽ ട്രാവൻകൂർ മിനറൽസ്, ഹോപ്കിൻ ആൻഡ് സൺസ് എന്നീ പേരിൽ രണ്ട് കമ്പനികൾ സ്ഥാപിച്ച് കടൽത്തീരത്തെ മണലിൽനിന്നും മോണോസൈറ്റ് ഉല്പാദിപ്പിച്ച് ഇന്ത്യയിലും വിദേശത്തും വിറ്റഴിച്ച് വമ്പിച്ച ലാഭം ഉണ്ടാക്കി.

കുണ്ടറയിലെ കളിമണ്ണിന്റെ കച്ചവട പ്രാധാന്യം മനസ്സിലാക്കിയത് ഐർലണ്ടുകാരനായ Murphy യാണ്. കളിമണ്ണ് അസംസ്കൃത വസ്തുവായി ഉപയോഗിച്ച് തിരുവിതാംകൂറിൽ അദ്ദേഹം വ്യവസായം ആരംഭിച്ചെങ്കിലും ദിവാനുമായുള്ള അഭിപ്രായ വ്യത്യാസംമൂലം ആ സംരംഭം ഉപേക്ഷിച്ചു. തുടർന്ന് ഐ സി ചാക്കോയുടെ നിർദ്ദേശമനുസരിച്ച് തിരുവിതാംകൂർ സർക്കാർ ആ വ്യവസായം ഏറ്റെടുത്ത് കുണ്ടറ സെറാമികസ് എന്ന പേരിൽ നടത്തി.

തിരുവിതാംകൂറിന്റെ കടൽത്തീരത്തെ മണൽ ടണ്ണിന് ഒരു രൂപ റോയൽറ്റി എന്ന നിരക്കിൽ വിദേശികൾ കൊണ്ടുപോയിരുന്നു. കുണ്ടറയിലെ കളിമണ്ണ് ഉപയോഗിച്ച് സെറാമികസ് വ്യവസായത്തിന് വലിയ സാദ്ധ്യതകളും ഉണ്ടായിരുന്നു. ഈ സാഹചര്യം പ്രയോജനപ്പെടുത്താൻ മുമ്പിട്ടിറങ്ങിയ സാഹസികനാണ് സി പി മാത്തൻ അന്ന് തിരുവിതാംകൂറിൽ പല സാഹസികരും യൂറോപ്യന്മാരെ പിന്തുടർന്ന് കിഴക്കൻ മലകളിൽ തേയിലത്തോട്ടങ്ങൾ വച്ചു പിടിപ്പിക്കുന്നതിൽ വ്യാപൃതരായി. എന്നാൽ സ്വന്തം നാട്ടിലെ അസംസ്കൃത പദാർത്ഥങ്ങൾ ഉപയോഗപ്പെടുത്തി വ്യവസായം തുടങ്ങുക എന്ന ആശയം കൊണ്ടുവന്നത് സി പി മാത്തനാണ്. കൊല്ലത്തെ നാട്ടുചന്തയിലെ കച്ചവട വസ്തുവായ കശുവണ്ടി അമേരിക്കക്കാരന്റെ തീൻമേശയിലെ വിശിഷ്ട വിഭവമായി മാത്തൻ മാറിയത് ഈ പുസ്തകത്തിന്റെ ആദ്യ ഭാഗത്ത് വിവരിച്ചിട്ടുണ്ടല്ലോ. എന്നാൽ ഇത്തരം വ്യവസായ സംരംഭങ്ങളിൽ ഏർപ്പെടാൻ ആവശ്യമായ മൂലധനവും സാങ്കേതികവിദ്യയും അന്ന് തിരുവിതാംകൂറിൽ ലഭ്യമല്ലായിരുന്നു. വിദേശ പങ്കാളിത്തത്തോടെ മാത്തൻ ഈ രണ്ടുപ്രശ്നങ്ങൾക്കും

പരിഹാരം കണ്ടെത്തി. അമേരിക്കയിലുള്ള ചില ബിസിനസ് പ്രമുഖരുമായി അദ്ദേഹം പ്രാരംഭ ചർച്ചകൾ നടത്തി. എന്നാൽ കാര്യങ്ങൾ അധികം മുന്നോട്ടു പോയില്ല. മാത്തൻ അധികം താമസിയാതെ ജയിലിൽ അടയ്ക്കപ്പെട്ടു. ഈ കഥ മുൻ അദ്ധ്യായത്തിൽ വിവരിച്ചിട്ടുള്ളതാണല്ലോ.

സി പി മാത്തൻ ജയിലിൽ അടയ്ക്കപ്പെട്ടതുകൊണ്ട് തിരുവിതാംകൂറിലെ വ്യവസായകുതിപ്പിന് കാര്യമായ ക്ഷീണം ഒന്നും സംഭവിച്ചില്ല. കാരണം മാത്തന്റെ സ്വപ്ന പദ്ധതികൾ എല്ലാം സർ സി പി യാഥാർത്ഥ്യമാക്കി.

മാത്തൻ ജയിലിൽ അടയ്ക്കപ്പെടാതിരുന്നുവെങ്കിൽ ഇന്ന് കേരളത്തിന്റെ അഭിമാനസ്തംഭമായ ട്രാവൻകൂർ ടൈറ്റാനിയം പ്രോജക്ടും കേരള മിനറൽസ് ആന്റ് മെറ്റൽസുംപോലുള്ള പല വ്യവസായങ്ങൾ മാത്തന്റെ പേരിൽ അറിയപ്പെടുമായിരുന്നു. അങ്ങനെ വ്യവസായ കേരളത്തിന്റെ ശില്പി എന്ന ബഹുമതിയും മാത്തന് ലഭിക്കുമായിരുന്നു. അഭിമാനിയായ മാത്തന് തന്റെ സ്വപ്നപദ്ധതികളുടെ പേരിൽ ഒരു ബഹുമതി ആവശ്യമില്ലെങ്കിലും വ്യവസായ കേരളം അദ്ദേഹത്തിന്റെ ഓർമ്മയ്ക്കു മുമ്പിൽ നമ്രശിരസ്കരാകും എന്ന പ്രത്യാശയോടെ ഈ ലഘുഗ്രന്ഥം ഉപസംഹരിക്കുന്നു.

ചരിത്രത്തിന്റെ ഏടുകളിൽനിന്ന്

എ) തിരുവിതാംകൂർ സമരചരിത്രം സി നാരായണപിള്ള

എന്നാൽ അവസാന കണക്കെടുപ്പിൽ രൂപയ്ക്ക് പതിനാലണ വീതം- അതും ബാങ്കിന്റെ സ്ഥാവര ജംഗമ വസ്തുക്കൾ, ബാങ്കുടമസ്ഥ രുടെ ആരോപണങ്ങൾ ശരിയാണെങ്കിൽ കിട്ടിയ വിലയ്ക്ക് ലേലം ചെയ്തു ആശ്രിതർക്കും ചില സ്ഥാപനങ്ങൾക്കും വിഭജിച്ചതിനു ശേഷവും ഉത്ത മർണ്ണന്മാർക്ക് വീതിച്ചു കൊടുക്കുവാൻ ലിക്വിഡേറ്റർമാർക്ക് കഴിഞ്ഞിരുന്നു എന്ന വസ്തുതകൂടി പരിഗണനയിൽ എടുക്കുകയാണെങ്കിൽ സർ സി പി ക്ക് ബാങ്ക് തകർച്ചയിൽ ഉണ്ടായിരുന്ന കൈ ആർക്കും നിഷേധിക്കാൻ കഴിഞ്ഞെന്ന് വരികയില്ല. സർ സി പി യുടെ മാപ്പുസാക്ഷികൾ മാത്രമല്ല കോടതികൾ പോലും അദ്ദേഹത്തിന്റെ നിർദ്ദോഷതയ്ക്കും സത്യസന്ധ തയ്ക്കും സാക്ഷ്യം വഹിച്ചിട്ടുണ്ടെങ്കിലും അത് അദ്ദേഹത്തിന്റെ പേരിൽ ആരോപിക്കപ്പെട്ട ഹീനമായ ക്രിമിനൽ കുറ്റം മറച്ചു കളഞ്ഞിട്ടില്ലെന്ന് മാത്ര മല്ല സ്വാതന്ത്ര്യലബ്ധിക്ക് മുമ്പ് തിരുവിതാംകൂറിൽ ഹൈക്കോടതിവരെ നട്ടെല്ലില്ലാത്ത ജഡ്ജിമാർ സുലഭമായിരുന്നു എന്നും ഗവൺമെന്റ് ജുഡീ ഷ്യറിയിൽ മുട്ടോളം കൈകടത്തുവാൻ മടിച്ചില്ലെന്നും സംശയാതീതമായി തെളിയിക്കുന്നുമുണ്ട്.

b) Modern banking in India – S K Muranjan

The run had begun in a most unusual manner. It was repeatedly alleged later that the highest state authorities has much to do in the initial creation of the panic. None can read the subsequent liquidation and reconstruction proceedings in the state and in British India without becoming aware of the vast difference between the highly surcharged atmosphere of Travancore Courts and the scrupulously objective and judicial atmosphere of British India Courts. Behind the collapse of the Tranvancore National and Quilon Bank, there lurks the sinister shadow of a struggle for political power between the Hindus and the Syrian Christians of Travancore. The Bank was alleged to have made itself the sponsor of Christian interest and was suspected of complicity in affairs which could be no concern of a bank.

c) No Elephants for the Maharaja – Louis Ouwerkerk

But early in 1938 there were growing rumours about the bank's unsoundness. The suspicion grew that Sir. C P himself was at the bottom of these rumours, and this was confiremed when it leaked out that on April 25th the Commissioner of police has issued a confidential order to all police officers for strict compliance "In view of the large deposits withdrawn from the National Quilon bank, the solvency of the institution has to be seriously questioned. The public should be warned against the danger involved in having pecuniary transactions with the bank" Confidential communications in Tranvancore rarely remained confidential, and there was a run on the bank. It survived, though with difficulty. The Resident tried to persuade the Dewan to offer help, but he would only do so if the directors refrained from all political activities. (They had taken no part in the State Congress movement) The directors appealed to the Reserve Bank in vain. The pressure continued and finally the bank closed its doors on June 21st.

The case was very complex. The bank had unquestionably sinned against banking practice, invested too much in fixed assets; and the balance sheet of December 31st, 1937, had unquestionably been doctored. But the bank was basically sound and could have been rescued; after it was wound up it still could pay its creditors 13 annas in the rupee (of 16 annas)

Rise and Growth of Banking in Kerala – M A Oommen

Besides cash, banks seek safety partly in highly shiftable liquid assets like bills and short loans. These liquid assets formed about 70.5 per cent of the capital, reserves and deposits, as against 40 per cent for all scheduled banks. Despite such an asset portfolio, TNQB was liquidated through a deliberate strategy engineered by Sir C P Ramasway Ayyar, the then Dewan of Travancore. The "young" Reserve Bank which was called upon to exercise the "lender of the last resort" function in the hour of crisis as a sound bank failed to rise to the occasion.

അനുബന്ധം 1

A Flagrant Breach of Faith

"Statement issued by Mr. C P Matthen, B A, B L about his interview with Sir C P Ramaswamy Ayyar regarding the political agitation in Travancore."

On my return from Bombay last week I happened to see the statements issued by Sri C P Ramaswamy Ayyar regarding certain allegations contained in the Memorial submitted by the Executive Council of the All Tranvacore Joint Political Congress to Sir. Mohammed Habibulla, The Dewan, at Munnar as also Mr. E J John statement dated 26th May, 1934, thereanet. As stated by Mr. E J John I was one of the persons involved in the pourpalers with Sir C P Ramaswamy Ayyar which preceded the deputation to His Highness the Maharajah. About November last, I happened to be in Madras when in response to a telephone message from Sir C P Ramaswamy Ayyar's private secretary I called on Sir C P Ramaswamy Ayyar. Referring to the political agitations he told me that our leaders were making a mistake in seeking the interference of the Paramount Power for the redress of their grievences and that His Highness was ready to listen to them himself, and afford the necessary relief if approached in the proper manner. I then explained that as a businessman I was keeping aloof from the inner council of this movement and that all I could do there was a communicate his suggestion to some of the leaders of the movement who were my friends. He then asked me to do so and let him know their views on his return to Trivandrum. I communicated the matter to the above mentioned friends and they fell in with my suggestion. I accordingly met Sir C P Ramaswamy Ayyar again at Trivandrum and discussed details with him. Along with me was Mr. E J Philippose, who had in the meantime similar conversations with Sir C P Ramaswamy Ayyer. Behind us, though not present at the interviews were some prominent leaders of the communities including several members of the Executive Committee who had come to Trivandurm for the express purpose of instructing us. The definite offer of Sir C P Ramaswamy Ayyar was as follows:

1. That in the Legislative Assembly Christians will be given by election at least as many seats as Nairs;
2. Depressed class Christians who cannot expect to get seat by election, will be given one or two eats by nomination,
3. That Ezhavas will be given not less than seven seats by election and Muslims not less than three by election

As to the procedure, he wanted that some of the prominent members of the communities should wait on His Highness in deputation with a memorial stating out case and that as a preliminary to it, a letter should be sent to the Dewan containing an assurance that the Abstention has ceased and that we did not propose to go beyond His Highness. These terms were accepted by us as a compromise. Our suggestion that action started against individuals and newspapers in connection with this agitation should be dropped was also approved by Sir C P Ramaswamy Ayyar. Sir C P then told us that he has talked the matter over with the Dewan and Honey remains for us to see him and get the matter through. Accordingly Mr. E J Philippose saw the Dewan and as agreed finally with Sir C P the letter above referred to was handed over to the Dewan and the memorial was presented to His Highness the Maharajah by the deputation that waited on him.

After the deputation returned, Mr. Philippose and myself met sir C P and expressed out disappointment. Thereupon, he assured us that a communiqué will be very soon issued on the lines originally suggested.

As nothing was happening we went to Sir C P Again when he said at last that he had acquainted Sir Mohammed Habibulla, in coming Dewan with all the facts and as soon as he arrived we might look for the performance of every expectation that was held out.

Qulion (Signed)
30th May 1934 C P Matthen

അനുബന്ധം 2

Appeal by Mrs. C P Matthen

Before His Excellency The Governor - General of India in Council, The humble petition of Mrs.C P Matthen, 3 Harrington Road, Chetput, Madras: Most Humbly Showeth:-

1. Your Humble Petitioner is the wife of C P Matthen formerly the Managing Director of the Travancore National and Quilon Bank, Ltd., now a prisoner in the Central Prison, Trivandrum, under conviction for offences under sections 410, 419 and 480 of the Travancore Penal Code, corresponding to Sections 409, 418 and ~77 A of the Indian Penal Code, as also under Section 263 of the Travancore Companies Act of 1092 corresponding to Section 262 of the Indian Companies Act.

2. The said C P Matthen was at the time of the complaint in the case (Sessions Case No.1 of 1115 on the file of the Court of the Sessions Judge, Trivandrum), resident in Madras, his duties being at the Central Office of the said Bank in that city and was extradited to Travancore to be tried by the Travancore Courts.

3. The Extradition Proceedings were taken not in the ordinary manner, provided by Section 9 of the Indian Extradition Act 1903 (involving a preliminary enquiry in the British Indian Courts as a

condition preceden tl.., the extradition), but in the extraordinary manner permitted by Section "7 ot the Extradition Act (by means of a warrant issued by the British Resident). The relevant sections are as under:-

Section 7 (1): - *Issue of Warrant by Political Agents in certain cases:-* Where an extradition offence has been committed or is supposed to have been committed by a person, not being a European British subject, in the territories of any State not being a Foreign State, and such person escapes into or is in British India, and the Political Agent in or for such State issues a warrant, addressed to the District Magistrate of any district in which such person is believed to be, (or if such person is believed to be in any Presidency-town to the Chief Presidency Magistrate of such town), for his arrest and delivery at a place and to a person or authority indicated in the warrant, such Magistrate shall act in pursuance of such warrant and may give directions accordingly.

Section 9: Requisitions by States not being foreign states. Where a requisition is made to the Government of India or to any Local Government by or on behalf of any State not being a Foreign State, for the surrender of any person accused of having committed an offence in the territories of such State, such requisition shall (except in so far as relates to the taking of evidence to show that the offence is of a political character or is not an extradition crime) be dealt with in accordance with the procedure prescribed by Section 3 for requisitions made by the Government of any Foreign State as if it were a requisition made by any such Government under that section. Provided that, if there is a Political Agent in or for any such State, the requisition shall be made through such Political Agent.

4. For grave personal reasons, as elaborated in a written statement filed before the Sessions court by the said C P Matthen, a copy of which is appended as Annexure No.3 to this petition, he apprehended that he would not obtain a fair trial in the Travancore

Courts and opposed to the utmost of his ability, his extradition to Travancore without a priliminary enquiry. He moved the Madras High Court for a Writ of Habeas Corpus. Though the Judge who heard the case granted a Writ Nisi, his order was set aside on a question of jurisdiction, by a Full Bench of the said High Court, on proceedings instituted by the Travancore High Court in that behalf. The said C P Matthen then moved the Honourable Judicial Committee of the Privy Council to quash the proceedings of the High Court, but without success. The judgment of the Privy Council is reported in the All England Law Reports at page 356 of Volume III (1939) as *Matthen and others V. Triandrum District Magistrate and* another.

5. Among other things, it was contended before the Privy Council that the prisoner had grave reasons to fear that he would not get a fair trial. On this point, the Privy Council observed at page 365 of the Report, relaying on Rule 7 of the Rules passed under the Extradition Act, as follows:-

"I It may be added that a bogus trial of the offences in respect of which the extradition is made would appear to fall within r.7, and to make it the duty of the political agent, in such an event, to demand the restoration of the prisoners to his custody".

6. On the failure of his appeal to the Privy Council, the prisoner was taken to Travancore and tried first by the Committing Magistrate and then by the Sessions Court. He was refused bail throughout, even when he wanted to be released on bail for two days in order to see his mother on her death bed. In the first Court, the prisoner reserved his cross examination and defence. In the sessions Court he engaged, to defend him, Mr. A K Basu, Barrister-at-law, Government Counsel, Calcutta. During the course of the trial, the said Mr.Basu was so disgusted by the unfairness of the presiding Judge, that at his desire, the prisoner terminated his engagement.

7. Thereupon, the prisoner presented a petition before the Honourable the British Resident in Travancore, on 25th September,

1939, praying him to intervene, in the exercise of the powers vested in him, under Rule 7 of the Extradition Rules which is as under:-

In the case of an accused person made over for trial to the Court of the state, the Political Agent shall satisfy himself that the accused receives a fair trial and that the punishment inflicted on conviction is not excessive or barbarous; and if he is not so satisfied, he shall demand the restoration of the prisoner to his custody pending the orders of the Governor-General in Council."

Mr. Basu further requested to be heard in support of the above petition, but the Honourable the British Resident refused to give him a hearing and rejected the prisoner's petition on the ground that he had not exhausted his remedies by way of appeal to the Travancore High Court. Your Excellency's Humble Petitioner submits that the Honourable the British Resident should not have refused to give a hearing to the prisoner's Counsel. The ground taken to dismiss the petition is manifestly untenable, as it stultifies the authority expressly given by the Extradition Act for the Resident to intervene in the course of the trial. It is submitted that by his order dismissing the petition the Resident in fact abdicated the responsibility laid on him by law, for safety and protection of extradited prisoners on trial.

8. The trial of the prisoner ended with his conviction and sentence passed on him to suffer rigorous imprisonment for 8 years in the aggregate and to pay a fine of Rs. 2.000/-. On appeal before High Court, his conviction was confirmed and sentence reduced to an aggregate period of rigorous imprisonment for five years ad fine of Rs. 2,000, although it was not even charged against him that he misappropriated a single pie of the Bank's funds and in spite of his having undergone incarceration already as an under-trial prisoner for nearly fifteen months.

9. It is the prisoner's sustained contention that the whole proceedings against him were actuated by improper motives. Your Excellency's Humble Petitioner will not weary Your Excellency by

detailing the reasons for this belief, which are fully mentioned in the written statement of the prisoner already referred to as Annexure No.3. These reasons are further supported by the evidence in the case, in particular, the evidence of the Liquidator and formal complainant in the case, Mr.Wishart of the Imperial Bank, who has admitted in his deposition that the complaint was presented between 7 and 8 p m to the District Magistrate, Trivandrum, (the Committing Magistrate) not in his court or at his residence, but in Bhakti Vilas, the residence of the Dewan.

A copy of Mr.Wishart's deposition is appended as Annexure No.2. The prisoner's fears regarding the attitude of the Travancore Courts proved to be only too well-founded by the course of the trial and its results. A scrutiny of the judgment of the High Court is sufficient to show what a travesty of justice has been meted out to the prisoner. On this point Your Excellency's Humble Petitioner begs to submit herewith the opinion of Sir B L Mitter, the Advocate-General of India appended as Annexure No.1 and particularly inviting your Excellency's kind attention to paragraphs 3,6,10 and 11 of the same. The said Advocate-General of India concludes his opinion as follows:,

"Reading the judgments of the High Court with an open mind, it is impossible to resist the impression that it is a case of conviction first and reasons in justification, however feeble, flimsy or far-fetched afterwards".

12. " There are several other matters on which the judgements of the High Court are open to serious criticism, but it is not necessary to consider them. The conviction of Matthen was founded upon inadequate evidence, and speculation. Relevant evidence which was easily 'available was kept back. Witnesses who could have given useful information were not called. The attribution of knowledge to Matthen was against all canons of criminal law.

What struck me most was the desperate anxiety of the

prosecution to secure conviction and not to unravel truth. In my opinion the conviction of Matthen was illegal and was secured by means which by no decent standard can be called fair."

10. It is the submission of Your Excellency's Humble Petitioner that when a prisoner is extradited by the extraordinary procedure of a warrant issued by the British Resident, he should not abandon the prisoner to his fate in the State to which he is extradited, but should watch the proceedings throughout in order to ensure that the prisoner gets a fair trial. The rules further empower judicial interference by the Governor-General in council, during the trial as well as after conviction, to prevent injustice being done to the prisoner by the abuse of the law under colour of legal process.

11. Your Excellency's Humble Petitioner therefore prays that Your Excellency may be pleased to exercise this paramount judicial prerogative in favour of the prisoner C P Matthen and order him to be taken back from the State Custody in Travancore and to be dealt with in any manner as may seem fit to Your Excellency. For which act of kindness and justice Your Excellency's Humble Petitioner shall as in duty bound ever pray.

26th June 1941

Mrs. C P Matthen,
Petitioner

അനുബന്ധം 3

സി കേശവന്റെ കോഴഞ്ചേരി പ്രസംഗം (പ്രസക്ത ഭാഗങ്ങൾ)

(**ക്രൈ**സ്തവ മഹാജനസഭയുടെ ആഭിമുഖ്യത്തിൽ 1935 മേയ് 11 -ാം തീയതി കൂടിയ ക്രൈസ്തവ- ഈഴവ മുസ്ലിം രാഷ്ട്രീയ സമ്മേളനത്തിൽ സി കേശവൻ ചെയ്ത അദ്ധ്യക്ഷപ്രസംഗം. കൊല്ലം ഡിസ്ട്രിക്ട് മജിസ്ട്രേറ്റ് കോടതിയിൽ ഹാജരാക്കിയ ഈ രേഖ ഗവ. ഷോർട്ട് ഹാന്റ് റിപ്പോർട്ടറും സി ഐ ഡിയുമായ രാമകൃഷ്ണപിള്ള എഴുതി എടുത്തതാണ്.)

മഹാജനങ്ങളെ രാഷ്ട്രീയമായി വളരെ ഗൗരവമേറിയ പ്രസംഗങ്ങൾ നടന്ന ഒരു സമ്മേളനത്തിന്റെ രാഷ്ട്രീയ കാര്യങ്ങളിൽ ഒരഭിപ്രായം പറയാൻ തക്കവിധം പഠിപ്പും പരിചയവും ഉള്ള ഒരു മഹാന്റെ അദ്ധ്യക്ഷതയിൽ നടന്ന ഒരു സമ്മേളനത്തിന്റെ പിറകെ ഈ അന്ധകാരമയമായ സമയത്ത്, ഒരു രാഷ്ട്രീയ പ്രസംഗം ചെയ്യുന്നതിന് എനിക്കിടവന്നതിൽ ഞാൻ വ്യസനിക്കുന്നു. എന്നാലും യോഗാദ്ധ്യക്ഷൻ എന്നുള്ള നിലയിൽ സ്വല്പസമയമെങ്കിലും എനിക്ക് നിങ്ങളോട് പറയുവാനുള്ളത് പറയുന്നത് നന്നായിരിക്കുമെന്ന് തോന്നുന്നു.

നാം വ്യാപാരികളാണ്. നാം വ്യവസായികളാണ്. ചുരുക്കത്തിൽ നാം ബിസിനസുകാരാണ്. നാം ബിസിനസിൽ ഏർപ്പെട്ടിട്ട് വളരെക്കാലം കഴിഞ്ഞു. നമ്മുടെ ഈ ബിസിനസ് ആണ് ഈ നാടിനെ അഭിവൃദ്ധിപ്പെടുത്തിയത്. രണ്ടരക്കൊല്ലത്തോളമായി നാം ഈ പ്രക്ഷോഭണത്തിൽ ഏർപ്പെട്ടിട്ട്. ഇതേവരെ ഈ കാര്യങ്ങളിൽ നാം വളരെ ശ്രദ്ധിച്ചിരുന്നില്ല. എന്നാൽ ഈ രണ്ടരക്കൊല്ലക്കാലം നമ്മുടെ വ്യവസായങ്ങളും നമ്മുടെ വാണിജ്യങ്ങളും നമ്മുടെ കൃഷിപ്പണികളും അല്പമൊന്നു മാറ്റിവെച്ചിട്ട് ഈ രാഷ്ട്രീയ പ്രക്ഷോഭണ ബിസിനസിലേക്ക് നാം നമ്മുടെ ശ്രദ്ധയെ തിരിച്ചുവിട്ടു നമ്മുടെ ഇപ്പോഴത്തെ ബിസിനസ് രാഷ്ട്രീയ പ്രക്ഷോഭണമാ

സി കേശവൻ

യിരിക്കുകയാണ്. നാം നമ്മുടെ ബിസിനസിൽ എത്രമാത്രം ആദായമുണ്ടാക്കിയെന്നുള്ള തോതു വച്ചാണ് ആ ബിസിനസിന്റെ അഭിവൃദ്ധി പരിഗണിക്കുന്നത്. ആ തോതു വച്ചു നോക്കുമ്പോൾ നമ്മുടെ രാഷ്ട്രീയ പ്രക്ഷോഭണ ബിസിനസിനു നമുക്കു ലാഭമാണുണ്ടാക്കിയിരിക്കുന്നതെന്ന് പരിഗണിക്കേണ്ടിയിരിക്കുന്നു. എങ്ങനെ നമുക്കുണ്ടായിരുന്ന പ്രതിബന്ധങ്ങൾ നീങ്ങി, ഏതെല്ലാം മാർഗ്ഗങ്ങൾ നമുക്ക് തുറന്നു കിട്ടി. എന്നെല്ലാം ഉള്ള തോതുകളാണ് നമ്മുടെ രാഷ്ട്രീയ പ്രക്ഷോഭണത്തിലെ ലാഭനഷ്ടക്കണക്കിന് മാനദണ്ഡമായിരിക്കുന്നത്. ഇതിനിടയിൽ ഒരു കാര്യം പ്രത്യേകം നാം ഓർക്കേണ്ടതുണ്ട്. നമ്മുടെ അവകാശ സ്ഥാപന സംബന്ധമായ കാര്യത്തിൽ ലോകചരിത്രത്തിൽ എവിടെ നോക്കിയാലും നാം കാണുന്ന ഒരു പ്രധാന സംഗതി ആ വക കാര്യങ്ങൾ ഒന്നും ശീഘ്രഗതിയിൽ സാധിക്കുന്നതല്ല എന്നുള്ളതാണ്. റഷ്യയിലെ മഹാ വിപ്ലവം അയർലണ്ടിലെ സ്വാതന്ത്ര്യ സമരം, ഇന്ത്യാ സമ്രാജ്യത്തിന്റെ സാമ്രാജ്യ സമരം ഇതെല്ലാം അനേക വർഷം തുടരെ പ്രക്ഷോഭണം നടത്തിയതിന്റെ ഫലമായി വന്നതാണ്. ഇന്ത്യാ സാമ്രാജ്യത്തിന്റെ സ്വാതന്ത്ര്യസമരം അതിന്റെ അന്തിമമായ ഉദ്ദേശത്തിൽ എത്തിയിട്ടില്ലെങ്കിലും അത് സ്വാതന്ത്ര്യത്തിനുള്ള വഴി ക്രമേണ തെളിഞ്ഞു കൊണ്ടുതന്നെ പൊയ്ക്കൊണ്ടിരിക്കുന്നു............................

ഇനി എന്തെല്ലാമാണ് നാം ചെയ്യേണ്ടതെന്ന് ഇവിടെ ചിന്തിക്കേണ്ടിയിരിക്കുന്നു. രണ്ടരക്കൊല്ലമായി നാം തുടർച്ചയായി പ്രക്ഷോഭണം നടത്തുന്നു. അധികൃത സ്ഥാനങ്ങളിൽ നമ്മുടെ സങ്കടങ്ങൾ അറിയിച്ചു കഴിഞ്ഞിട്ട് നാൾ കുറേ കഴിഞ്ഞു. മി. പി കെ കുഞ്ഞ് ചെയ്ത സ്വാഗതപ്രസംഗത്തിൽ വേണമെങ്കിൽ രാജസ്ഥാനത്തെ ഒന്നുകൂടി അഭയം പ്രാപിച്ചു നമ്മുടെ സങ്കടങ്ങൾ ഉണർത്തിക്കണമെന്ന് പറയുന്നു. വേണ്ടാ, വേണ്ട എന്ന് ഞാൻ പറയുന്നു. അവരെ ഉണർത്താൻ ആയിട്ടുള്ളത് എന്തോ അതാണ് നാം ഇനി ചെയ്യേണ്ടത്. അതാണ് അനന്തരകരണീയമായിരിക്കുന്നത്. അതിനുള്ള ഒരു പ്രോഗ്രാം ഇന്ന് സംയുക്ത സംഘത്തിനുണ്ട്. അവർ കഴിഞ്ഞ മൂന്നു നാലു മാസമായി യാതൊന്നും പ്രവർത്തനത്തിൽ കൊണ്ടുവരാതിരുന്നു. എന്നാൽ ഇന്നലെ കൂടിയ യോഗത്തിൽ വച്ച് വളരെ വിപുലമായ ഒരു കാര്യപരിപാടി രൂപീകരിച്ചിട്ടുണ്ട്. അത്ര വളരെ വിഷമമില്ലാത്ത ഒരു കാര്യപരിപാടിയാണത്. അതായത് നമ്മുടെ സങ്കടങ്ങളെല്ലാം വൈസ്രോയിയുടെ അടുക്കൽ അറിയിക്കുക എന്നുള്ളതാണ്. ഒരു മെമ്മോ

റിയൽ വൈസ്രോയിക്ക് അയക്കുക. ഇതുകൊണ്ട് അധികൃത സ്ഥാനങ്ങളിൽ പോകുന്നതിന് മി. ജോർജ് ജോസഫിനെപ്പോലുള്ള ആളുകൾ കൈവശമുള്ള കാലത്ത് നാം എന്തിന് സംശയിക്കുന്നു/ വൈസ്രോയിയുടെ അടുക്കൽ മെമ്മോറിയൽ കൊടുക്കുക എന്നുള്ള പണി ശരിയല്ലെന്നുള്ള അഭിപ്രായം ഇവിടെ പരത്തുവാൻ ചിലർ ശ്രമിക്കുന്നുണ്ട്. അത് നമ്മെ കറക്കുവാൻ വേണ്ടി പറയുന്നതായാലും ശരി, അല്ലെങ്കിലും ശരി, നമ്മുടെ സങ്കടങ്ങൾ വൈസ്രോയിയെ സമീപിച്ച് അദ്ദേഹത്തെ അറിയിക്കേണ്ട കടമയുണ്ട്. നമ്മുടെ അവകാശ സംരക്ഷണത്തിന് ഏതു മാർഗ്ഗം സ്വീകരിച്ചാലാണോ കാര്യം നടപ്പുണ്ടാകുക ആ മാർഗ്ഗം സ്വീകരിക്കേണ്ട ബാദ്ധ്യത നമുക്കുണ്ട്. ഒരു മുപ്പത്തിയഞ്ചു കൊല്ലത്തിന് മുമ്പ് ഡോക്ടർ പല്പുവിന്റെ നേതൃത്വത്തിൽ ഈഴവരുടെ ഒരു മെമ്മോറിയൽ വൈസ്രോയിക്കയച്ചതിന്റെയും പാർലമെന്റിൽ ചോദ്യം ചോദിച്ചതിന്റെയും ഫലമാണ് കാട്ടിലുള്ള സഞ്ചായത്ത് ഡിപ്പാർട്ടുമെന്റിൽ അഞ്ചു രൂപ ശമ്പളത്തിൽ ഞങ്ങൾക്ക് ആദ്യം ജോലി കിട്ടിയത്. റീജൻസി ഭരണം ഇവിടെ ആവശ്യമില്ലെന്ന് ശഠിച്ച ഒരുകൂട്ടർ വൈസ്രോയിക്ക് മെമ്മോറിയൽ അയയ്ക്കാൻ തുടങ്ങിയ മാർഗ്ഗ ദർശിത്വം നമുക്കു സ്വീകരിച്ചുകൂടയോ? അതുകൊണ്ട് നമ്മുടെ സങ്കടങ്ങൾ വ്യാവസ്ഥാപിത മാർഗ്ഗങ്ങളിൽകൂടി അധികൃത സ്ഥാനങ്ങളിൽ അറിയിക്കുന്നതിന് ഇനി നാം സംശയിക്കേണ്ടതില്ല. അതിനു നിങ്ങൾ യഥാശക്തി സഹായം ചെയ്യുകയും ഒപ്പുകൾ ഇട്ടുകൊടുക്കുകയും ചെയ്യണം. മെമ്മോറിയൽ ഒപ്പിടുന്ന കടലാസുകൾ പ്രത്യേകം അച്ചടിച്ചിരിക്കും. അതിന്റെ ബാക്കി വശവും മറുവശവും ഒപ്പിട്ടു നിറയ്ക്കണം. ഇങ്ങനെ അനേകായിരം ഒപ്പുകൾ ശേഖരിക്കണം. ഒന്നു രണ്ട് ട്രക്കുകൾ ഈ മെമ്മോറിയൽ കൊണ്ടു നിറയ്ക്കണം. ഇവിടെ നിന്ന് ഈ മെമ്മോറിയൽ ട്രക്കുകളുമായി അതിന്റെ കൂടെ ഈ സംയുക്ത രാഷ്ട്രീയ പ്രവർത്തകന്മാരിൽ ഏതാനും പേർ ചേർന്ന് വണ്ടി കയറി മധുരയിൽ ചെല്ലുമ്പോൾ അവിടെ നിന്ന് മി. ജോർജ് ജോസഫിനെയും പിടിച്ച് വണ്ടിക്കകത്തിട്ട് സിംല വരെ ഒന്നു പോകണം. ഇതിന് നിങ്ങൾ വേണ്ടുന്ന സഹായങ്ങൾ ചെയ്യുമെന്ന് വിശ്വസിക്കുന്നു. ഒപ്പിട്ടു കൊടുക്കുന്ന കാര്യത്തിൽ ചില വൈതാളികന്മാർ നിങ്ങളെ ഭയപ്പെടുത്തും. ചില ഉദ്യോഗസ്ഥന്മാർ നിങ്ങളുടെ നേരെ കണ്ണു കാണിക്കും. അതിലൊന്നും കുലുങ്ങാതെ ധൈര്യസമേതം നിങ്ങൾ ഒപ്പിട്ടു കൊടുക്കുമെന്നും ഞാൻ വിശ്വസിക്കുന്നു.

ഇനി പബ്ലിക് സർവ്വീസിനെപ്പറ്റിയാണ് പറയേണ്ടത്. മി. നോക്സിന്റെ റിപ്പോർട്ടിനെപ്പറ്റി വേണ്ടവിധം ആലോചിച്ച് എല്ലാ സമുദായക്കാരെയും സാരമായി തൃപ്തിപ്പെടുത്തത്തക്കനിലയിൽ ഒരു തീരുമാനം ഉണ്ടാക്കുവാൻ ഗവൺമെന്റ് ആലോചിച്ചു വരുന്നതായി ദിവാൻജിയുമായി നടത്തിയ അഭിമുഖ സംഭാഷണത്തിൽ അദ്ദേഹം എന്നോടു പറഞ്ഞിട്ടുണ്ട്. സർ ഹബീബുള്ളയ്ക്ക് വാർദ്ധക്യം പിടികൂടിയിട്ടുണ്ടെന്നുള്ള ദോഷം ഞാൻ വിസ്തരിക്കുന്നില്ല. ബ്രിട്ടീഷ് ഇന്ത്യയിൽ അദ്ദേഹം ചെയ്തതായി പറയുന്ന സേവനത്തെക്കുറിച്ച് നമുക്ക് തോന്നുന്ന മതിപ്പ് ശരിയാണെങ്കിൽ അദ്ദേ

ഹത്തിന് ഇവിടത്തെ പ്രശ്നത്തിന് പരിഹാരം ഉണ്ടാക്കാൻ കഴിയുന്നതാണ്. പക്ഷേ, അദ്ദേഹത്തിന്റെ നേരെ വേറെ ചിലരുടെ ദൃഷ്ടിപാതം ഉണ്ടായിട്ടുണ്ടെന്ന് വേണം വിചാരിക്കുവാൻ. ഞാൻ പറയുന്നത് സർ സി പിയെപ്പറ്റിയാണ്. ആ ജന്തു നമുക്കാവശ്യമില്ല. ഞാൻ ജന്തു എന്ന് പറഞ്ഞത് ഹിന്ദു എന്നാണ്. അദ്ദേഹം ഈഴവനും ക്രിസ്ത്യാനിക്കും മുസ്ലീമിനും ഒരു ഗുണവും ചെയ്യുകയില്ല. ഇതു ഞാൻ പറയുമ്പോൾ നിങ്ങളുടെ ആരുടെയും മുഖത്ത് പ്രതിഷേധത്തിന്റെ ചേഷ്ട ഞാൻ കാണുന്നില്ല. ഈ വിദ്വാൻ ഇവിടെ വന്നതിൽപ്പിന്നെയാണ് തിരുവിതാംകൂർ രാജ്യത്തെപ്പറ്റി ഇത്ര ചീത്തയായ പേർ പുറത്തു പരന്നത്. ഈ മനുഷ്യൻ പോയെങ്കിലല്ലാതെ രാജ്യം ഗുണം പിടിക്കുകയില്ല. നാം ഇത്രയും സംഗതികൾ നമ്മുടെ മൂന്നു സമുദായങ്ങളുടെയും സംയുക്തമായ സംഘടനകൊണ്ട് സാധിച്ചു. നാം സാധിച്ചതു വളരെ കുറച്ചേയുള്ളൂ എന്നുള്ള അഭിപ്രായക്കാർ ഉണ്ടായേക്കാം. എങ്കിലും നാം ചിലതെല്ലാം സാധിച്ചു എന്നുള്ളത് നമ്മുടെ എതിരാളികൾ പോലും സമ്മതിക്കുന്ന ഒരു കാര്യമാണ്. അതുകൊണ്ട് ഈ മൂന്ന് സമുദായങ്ങളും ഒന്നിച്ചു ചേർന്നുള്ള ഘടന നിയമസഭയിൽ നമുക്ക് കുറേ സ്ഥാനങ്ങൾ കിട്ടിയാലും ഇല്ലെങ്കിലും ഇനിയും തുടർന്നുപോകേണ്ടതാണെന്നാണ് എന്റെ അഭിപ്രായം. ഈ സംയുക്തപ്രസ്ഥാനക്കാർ തിരുവിതാംകൂറിലെ ഒരു ശാശ്വത കക്ഷിയായി നില്ക്കട്ടെ എന്നുള്ള പ്രാർത്ഥനയോടുകൂടി ഞാൻ വിരമിക്കുന്നു.

സഹായകഗ്രന്ഥങ്ങൾ

	പുസ്തകം	ഗ്രന്ഥകർത്താവ്
1.	*Struggle for Responsible Government in Travancore*	Dr. D Daniel M A PbD
2	*Abstention Movement*	Dr. K K Kusuman
3.	*നായർ മേധാവിത്വത്തിന്റെ പതനം*	റോബിൻ ജെഫ്രി
4	*I Have Borne Much (Auto Biography)*	C P Matthen
5.	*ജീവിതസ്മരണകൾ* (ആത്മകഥ)	കെ സി. മാമ്മൻ മാപ്പിള
6.	*എട്ടാമത്തെ മോതിരം* (ആത്മകഥ)	കെ എം മാത്യു
7.	*Sir. C P Remembered* (Biography)	Shakuntala Jaganathan
8.	*Sir. C P Ramaswamy Iyer- A Biography*	Saroja Sunderarajan
9.	*A Short Biography of C P Ramaswamy Iyer*	A Reghu
10.	*At the Turn of the Tide* (Biography)	Laksmi Reghunandan
11.	*പൂമുള്ളി ആറാം തമ്പുരാൻ*	എഡിറ്റർ. വി കെ ശ്രീരാമൻ
12.	*ആർ ശങ്കർ* (ജീവചരിത്രം)	എം കെ കുമാരൻ
13.	*1114-ന്റെ കഥ* (ആത്മകഥ)	അക്കാമ്മ വർക്കി
14.	*നസ്രാണി കേസരി അക്കരക്കുര്യൻ റൈട്ടർ*	ഫാ. ഡോ. ജോസഫ് ചീരൻ & സി ചെറിയാൻ
15.	*പട്ടം താണുപിള്ള അജയ്യനായ ജനനായകൻ* (ജീവചരിത്രം)	രാജീവ് ഗോപാലകൃഷ്ണൻ

16.	*എം കെ പണിക്കരുടെ ആത്മകഥ*	സർദാർ കെ എം പണിക്കർ
17.	*ജീവിത സമരം (ആത്മകഥ)*	സി കേശവൻ
18.	*ടി എം വർഗ്ഗീസ് (ജീവചരിത്രം)*	ഇ എം കോവൂർ
19.	*No Elephants for the Maharaja*	Louise Owerkerk
20.	*ഐ സി ചാക്കോ (ജീവചരിത്രം)*	പ്രൊഫ. മാത്യു ഉലകംതറ
21.	*പഴയ സെമിനാരി*	കെ വി മാമ്മൻ
22.	*ആത്മകഥ*	ഇ എം എസ് നമ്പൂതിരിപ്പാട്
23.	*Modern Banking in India*	S K Muranjan
24.	*Rise and Growth of Banking in Kerala*	M A Oommen
25.	*സി കേശവന്റെ കോഴഞ്ചേരി പ്രസംഗം*	എഡിറ്റർ ഹാഷിം രാജൻ
26.	*ചാലക്കുഴി കുടുംബചരിത്രം* -1987	എഡിറ്റർ. തോമസ് മാത്യു MSCFIE പ്രസാധകർ: ചാലക്കുഴി കുടുംബയോഗ കമ്മിറ്റി
27.	*കേരളവും സ്വാതന്ത്ര്യ സമരവും*	പ്രൊഫ. എ ശ്രീധരൻ മേനോൻ
28.	*കേരള ചരിത്രത്തിന് ചില തിരുത്തലുകൾ*	എം ജി എസ് നാരായണൻ
29.	*ദീപിക പത്രം*	

Printed by Libri Plureos GmbH in Hamburg,
Germany